የወንጌል አጋሮች

መጽሐፍ ቅዱስ ወንዶች እና ሴቶች በቤተክርስቲያን ውስጥ ስለሚኖራቸው ሚና የሚያስተምረውን መመርመር

ኤፍ. ዋይኒ ማክ ሌዎድ

Light to My Path Book Distribution
Sydney Mines, NS, CANADA B1V 1Y5

የወንጌል አጋሮች

የቅጂ መብት © 2018 በኤፍ. ዋይ ማክ ሌዖድ

መብት ሁሉ የተጠበቀ ነው፡፡ከጸሐፊው የጽሑፍ ፈቃድ ውጪ፤የትኛውም የዚህ መጽሐፍ አካል በማንኛውም መልክ ወይም መንገድ ሊሰራጭ ወይም ሊተላለፍ አይችልም፡፡

በዚህ መጻሐፍ ውስጥ የተጠቀሱት የመጽሐፍ ቅዱስ ክፍሎች ከሚከተሉት የመጽሐፍ ቅዱስ እትሞች ተወስደዋል “Holy Bible, New International Version®, NIV®. Copyright© 1973, 1978, 1984, 2011 by Biblica, Inc.™ Used by permission of Zondervan. All rights reserved worldwide. www.zondervan.com The “NIV” and “New International Version” are trademarks registered in the United States Patent and Trademark Office by Biblica, Inc.™

“Scripture quotations marked (ESV) are from the ESV® Bible (The Holy Bible, English Standard Version®), copyright © 2001 by Crossway, a publishing ministry of Good News Publishers. Used by permission. All rights reserved.”

Scripture quotations from The Authorized (King James) Version. Rights in the Authorized Version in the United Kingdom are vested in the Crown.

Reproduced by permission of the Crown's patentee, Cambridge University Press

ትርጉም፦ በሔኖክ እስጢፋኖስ

ማውጫ

መግቢያ 5
ፍጥረት እና ውድቀቱ 9
የብሉይ ኪዳን አምልኮ 21
ኢየሱስ እና ሴቶች 43
የጥንቷ ቤተክርስቲያን 55
የሐዋሪያው ጳውሎስ ትምህርት በ1ኛ ቆሮንቶስ 1..73
የሐዋሪያው ጳውሎስ ትምህርት በ1ኛ ቆሮንቶስ 14.91
የሐዋሪያው ጳውሎስ ትምህርት በ1ኛ ጢሞቴዎስ 2...105
የአተገባበር መርሆች 117

መግቢያ

በቤተክርስቲያን አገልግሎት የሴቶች ሚና ለብዙ ዓመታት አነጋጋሪ ጉዳይ ሆኖ ቆይቷል። በጉዳዩም ላይ ብዙ መጻሕፍት ተጽፈዋል። ሴቶች በቤተክርስቲያን አገልግሎት ውስጥ ስላላቸው ሚና የሚነሱ ክርክሮች መጽሐፍ ቅዱሳዊ እና ማኅበራዊ ተፈጥሮ ያላቸው ናቸው።

በመንፈሳዊ አገልግሎት ውስጥ ስለ ሴቶች የሚናገሩትን የመጽሐፍ ቅዱስ ጥቅሶች አንብበው ለሁሉም ባህሎች እና ጊዜያት ቃል በቃል ትርጉም የሚሰጡ ሰዎች አሉ። ሌሎች ደግሞ ሴቶች እንደ እኛ ዘመን ያልተማሩ እና ነጻ ባልሆኑበት ዘመን የነበረውን ባህል ተግባራዊ ሊያደርጉ ጽሑፎችን ይመለከታሉ። በዚህም ምክንያት የመጽሐፍ ቅዱስ ትምህርት ጊዜው ያለፈበት እና ለዛሬዋ ቤተክርስቲያናችን የማይጠቅም ነው እስከማለት የደረሱ አሉ። ስለዚህ ጉዳይ ያለኝን አቋም በዚህ ጥናት መጀመሪያ ላይ ልንገራችሁ።

በመጀመሪያ፣ *መጽሐፍ ቅዱስ ለሁሉም ባህሎች እና ጊዜያት በስልጣን እንደሚናገር አምናለሁ። መጽሐፍ*

ቅዱስ ጊዜ ያለፈበት አይደለም። ኢየሱስ ያስተማረው ትምህርት በጳፉት ሐዋርያት ላይ እንደሠራው ሁሉ በእኛም ዘመን በእኛ ላይ ይሠራል። እግዚአብሔር ለቤተክርስቲያን ያለውን ዓላማ በቃሉ ገልጿል። እርሱ እስኪመለስ ድረስ ቃሉን በትምህርት እና በተግባር መሪ አድርጎ ሰጥቶናል። በቅዱሳት መጻሕፍት ውስጥ የቀረቡት መርሆች በሁሉም ባሕሎች ላይ ይሠራሉ። የእነዚያ መርሆዎች አተገባበር ከባህል ወደ ባህል ሊለያዩ ይችላሉ፤ነገር ግን ሁሉም ባህሎች በሁሉም ጊዜያት የእግዚአብሔር ቃል በሚያስተምረን እውነት መመላለስ ይጠበቅባቸዋል። በሁሉም የአስተምህሮ እና የክርስትና ህይወት ጉዳዮች ላይ ያለው የእኛ ስልጣን ነው። በቤተክርስቲያን አገልግሎት ውስጥ የሴቶችን ሚና የምንረዳ ከሆነ የመጽሐፍ ቅዱስ ትምህርት መለኪያችን እና የእግዚአብሔር ስልጣን መሆኑን መገንዘብ አለብን።

በሁለተኛ ደረጃ፣ *የሚያስተምረንን ብንወደውም ባንወድውም ቃሉን እንድንታዘዝ እግዚአብሔር ይጠብቅብናል።* ልንታዘዝ የምንፈልገውን መርጠን መውሰድ አንችልም። እዚህ ላይ አንድ እውነት ልናገር። በአገልግሎት ውስጥ ሴቶች ሊኖራቸው ስለሚገባው ቦታ ምን እንደሚሰማኝ ብትጠይቁኝ ሁለት መልስ ልሰጣችሁ እችላለሁ።

በአንድ በኩል የእኔን የግል ልምድ እና ግንዛቤ መሰረት በማድረግ ሀሳቤን ልነግራችሁ እችላለሁ። እኔ

ከማውቃቸው የወንድ ሰባኪዎች በተሻለ ስለሚሰብኩ እና ስለሚያስተምሩ ሴቶች ልነግራችሁ እችላለሁ። ፈሪሃ እግዚአብሔር ያላቸው ሴቶች በህይወቴ እና በእምነቴ ላይ ስላላቸው አስደናቂ ተጽእኖ መናገር እችላለሁ። አቅም እና ችሎታ ባላቸው ሴቶች የሚመሩ የንግድ ድርጅቶች እና ሃገራት ምሳሌዎችን ልጠቁማችሁ እችላለሁ። ወንድና ሴት በእኩልነት በእግዚአብሔር ፊት እንደሚቆሙ ልነግራችሁ እችላለሁ። እግዚአብሔር ለሴቶች የሰጣቸውን አስደናቂ ስጦታዎች ላስታውሳችሁ እችላለሁ፣ ይህም ደግሞ በክርስቶስ አካል ውስጥ ጥቅም ላይ መዋል አለበት።

በሌላ በኩል ደግሞ፣ በቀጥታ ወደ መጽሐፍ ቅዱስ ልወስዳችሁ እችላለሁ። ተቀምጠን ስለ ጳውሎስ ትምህርትና ስለ ኢየሱስ ምሳሌ መወያየት እንችላለን። ይህን ስናደርግ ራሴን ግራ መጋባት ውስጥ አገኘው ይሆናል። የጳውሎስ ትምህርት ከእኔ የግል አስተያየት ጋር ይስማማልን? ሴቶች በአገልግሎት ውስጥ ስለሚኖራቸው ሚና ከእሱ ጋር እስማማለሁን? እውነቱን ለመናገር፣ የእኔ አስተያየት መጽሐፍ ቅዱስ ከሚያስተምረው ጋር የሚጋጭ ሆኖ ያገኘሁበት ጊዜ አለ። ከመጽሐፍ ቅዱስ የማየውን ሳልቀበል ምን ማድረግ ሊኖርብኝ ነው? የቅዱሳት መጻሕፍትን ትምህርት በጥንቃቄ ከመረመርኩ በኋላ፣የጌታ ኢየሱስ ተከታይ እንደመሆኔ፣ግዴታዬ ለሱ መገዛት እና ከራሴ በላይ የእግዚአብሔርን መንገድ መቀበል ይሆናል።

በሦስተኛ ደረጃ፣ መጽሐፍ ቅዱስን በአግባቡ ለመረዳትና ተግባራዊ ለማድረግ ከፈለግን የተጻፉበትን ዘመን ባህል ግምት ውስጥ ማስገባት እንዳለብን መገንዘብ አለብን። በቅዱሳት መጻሕፍት ውስጥ እኛን በመርህ ደረጃ ብቻ የሚመለከቱ ትዕዛዛት እና ትምህርቶች አሉ። ለምሳሌ በዘሌዋውያን 19:27 ላይ የእግዚአብሔር ህግ ጢምን እና የፀጉርን ጎን መቁረጥን እንደሚከለክል እናነባለን። ሰው ፂሙን ቢቆርጥ ስህተት ነውን? ወደዚህ ጽንፍ መሄድ መጽሐፍ ቅዱስን በተሳሳተ መንገድ መተርጎም ነው። እነዚህ ሕጎች የተጻፉት በብሉይ ኪዳን ዘመን ከነበሩት አረማዊ ሃይማኖታዊ ልማዶች አንፃር ነው። የእግዚአብሔር ሕዝብ የእነዚህን አረማዊ ባሕሎች እና ልማዶችን እንዳይኮርጁና ከእግዚአብሔር እንዳይርቁ ለማድረግ ታስቦ የተደረገ ነበር። በሙሴ ዘመን እንደነበረው ጢምን የመቁረጥ ልማድ ዛሬ እንቅፋት አይሆንም። በዘመናችንም እንዳለነው እንደ አዲስ ኪዳን አማኞች ይህ ተግባር ከእኛ የሚጠበቅ አይሆንም።

ሴቶች በቤተክርስቲያን አገልግሎት ውስጥ ያላቸውን ሚና በተመለከተ የመጽሐፍ ቅዱስን ትምህርት ስንመረምር፣ ከላይ የተጠቀሱትን ሦስቱን መርሆች ተግባራዊ ማድረግ አለብን። የእግዚአብሔርን ቃል በቅንነት ልንመለከተው ይገባል። ጊዜው ያለፈበት አይደለምና። ወደድንም ጠላንም በእግዚአብሔር ቃል ውስጥ ያነበብነውን ለመታዘዝ ራሳችንን መስጠት አለብን። በመጨረሻም ቅዱሳት መጻሕፍት የተጻፈበትን

የባህል አውድ ወደ ጎን በመተው በተሳሳተ መንገድ እንዳንተረጎም መጠንቀቅ አለብን። እነዚህን መሠረታዊ ሥርዓቶች እንደ መመሪያችን ይዘን በዚህ አስቸጋሪ ርዕሰ ጉዳይ ላይ የቅዱሳት መጻሕፍትን ትምህርት እንመርምር።

ኤፍ. ዋይኒ ማክ ሌዎድ

ምዕራፍ 1
ፍጥረት እና ውድቀቱ

የሐዋርያት እና የአዲስ ኪዳን አማኞች የዓለም እይታ የተመሰረተው በአይሁድ እምነት ላይ ነው፤ እርሱም ስለ እግዚአብሔር እና ፍጥረት ያለው ግንዛቤ ነው። ልንነሳበት የሚገባው የባህል እይታ ይህ ነው። ዘፍጥረት 1-3 የወንድና ሴት አፈጣጠር ታሪክን የሚተርክ ሲሆን እግዚአብሔር ለእነሱ ስላለው ዓላማ አንዳንድ ቁልፍ ዝርዝሮችን ይሰጠናል።

ዘፍጥረት 1 እናነባለን፤

26 እግዚአብሔርም አለ፡ ሰውን በመልካችን እንደ ምሳሌአችን እንፍጠር፤ የባሕር ዓሦችንና የሰማይ ወፎችን፤ እንስሳትንና ምድርን ሁሉ፣ በምድር ላይ የሚንቀሳቀሱትንም ሁሉ ይግዙ።

27 እግዚአብሔርም ሰውን በመልኩ ፈጠረ፤በእግዚአብሔር መልክ ፈጠረው፤ ወንድና ሴት አድርጎ ፈጠራቸው።
28 እግዚአብሔርም ባረካቸው፥ እንዲህም አላቸው፦ ብዙ፥ ተባዙ፥ ምድርንም ሙሉአት፥ ግዙአትም፤ የባሕርን ዓሦችና የሰማይን ወፎች በምድር ላይ የሚንቀሳቀሱትንም ሁሉ ግዙአቸው። (ዘፍጥረት 1)

ይህ ክፍል አጽንዖት ልንሰጣቸው የሚገቡ በርካታ ዝርዝሮች አሉት።

በመጀመሪያ፣ እግዚአብሔር "ሰውን" በራሱ አምሳል እንደፈጠረ አስተውሉ። በዚህ ጥቅስ ውስጥ የተጠቀሰው "ሰው" የሚለው ቃል "*አዳም*" የሚለውን የዕብራይስጥ ቃል የሚወክል ነው፤ እሱም *ፆታን* ወይም ወንድን ሳይሆን ሰውን ብቻ የሚያመለክት ነው። ይህንንም በቁጥር 27 ላይ ስናነብ ግልጽ ይሆናል፡

27 እግዚአብሔርም ሰውን በመልኩ ፈጠረ፤ በእግዚአብሔር መልክ ፈጠረው፤ ወንድና ሴት አድርጎ ፈጠራቸው። (ዘፍጥረት 1)

በቀላል አነጋገር እግዚአብሔር ወንድና ሴትን አድርጎ ፈጠራቸው።

ማስተዋል የሚገባን ወንድ እና ሴት በእግዚአብሔር አምሳል የተፈጠሩ መሆናቸው ነው። ይህም እነርሱን ከእንስሳት ለይቷቸዋል። በዚህ አምሳል ውስጥ እኩል ተሳታፊ ነበሩ። በስነ ሕይወት አፈጣጠራቸው ልዩነት ቢኖራቸውም ወንድ እና ሴት ሆነው ሲፈጠሩ ሁለቱም የእግዚአብሔርን መልክ እንዲያንጸባርቁ ነው። በእግዚአብሔር አምሳል የተፈጠሩ በመሆናቸው ሁለቱም ይህን የሚያሳይ ምስጋና እና ክብር ሊሰጣቸው የተገባ ነበር። በወንድ ወይም ሴት ላይ ክብር እና ምስጋና የጎደለው ድርጊት መፈጸም በሕይወታቸው ላይ የራሱን ምስል ያሰፈረውን እግዚአብሔርን መስደብ ነው።

በሁለተኛ ደረጃ ከዘፍጥረት 1፡26-28 ላይ እግዚአብሔር ወንዱን እና ሴቲቱን በምድር ላይ ይገዙ ዘንድ እንደ ሰጣቸው አስተውሉ፡

26 እግዚአብሔርም አለ፦ ሰውን በመልካችን እንደ ምሳሌአችን እንፍጠር፤ የባሕር ዓሦችንና የሰማይ ወፎችን፥ እንስሳትንና ምድርን ሁሉ፥ በምድር ላይ የሚንቀሳቀሱትንም ሁሉ ይግዙ። (ዘፍጥረት 1)

እግዚአብሔርም ወንድና ሴትን በአምሳሉ ከፈጠረ በኋላ “ይግዙአቸው” በማለት ይናገራል። የብዙ ቁጥር አጠቃቀሙ አስፈላጊ ነው። በምድር እና እንስሳት ላይ ያለው የበላይነት ወደ ወንድ እና ሴቲቱ ተላልፏል። በሌላ አነጋገር አዳምና ሔዋን ምድርን የመንከባከብ እና

የማስተዳደር ኃላፊነት ተሰጥቷቸዋል። እግዚአብሔር የሰጣቸውን ምድር ለመንከባከብ እንደ ወንድና ሴት አብረው ይሠራሉ።

በመጨረሻ በዘፍጥረት 1፡28 ላይ እግዚአብሔር ለወንዱ እና ሴቲቱ የሰጠው ኃላፊነት ተባዝተው ምድርን እንዲሞሏት መሆኑን ልብ በሉ።

እግዚአብሔርም ባረካቸው፥ እንዲህም አላቸው፦ ብዙ፥ ተባዙ፥ ምድርንም ሙሉአት፥ ግዙአትም፤ የባሕርን ዓሦችና የሰማይን ወፎች በምድር ላይ የሚንቀሳቀሱትንም ሁሉ ግዙአቸው። (ዘፍጥረት 1)

እኚህ የመጀመሪያ የሆኑት ወንድና ሴት አንድ ላይ በመሆን ልጆችን ወልደው ምድርን በሰው ልጆች መሙላት ነበረባቸው። እግዚአብሔር የሰው ልጆች ለመዋለድ እያንዳንዳቸው አንድ ላይ መሆናቸው በማያስፈልግበት መንገድ ሊፈጥር ይችል እንደነበር እወቁ፣ነገር ግን አላደረገውም። እርሱ ወንድና ሴት አድርጎ የፈጠራቸው እግዚአብሔር የሰጣቸውን ኃላፊነት ይወጡ ዘንድ አንዱ በሌላው ላይ ጥገኛ እንዲሆኑ በማሰብ ነው። ወንድዬው ልጅ መውለድ አይችልም። ሆኖም ሴቲቱ ልጅን ተሸክማ ወደዚህ ዓለም ለማድረስ በሚያስችላት መንገድ ተፈጠች። ወተቷ ያንን ልጅ ጠጣር ምግብ መመገብ እስኪችል ወይም እስክትችል ድረስ ይመግበዋል ወይም ይመግባታል። እግዚአብሔር በሰጠው በዚህ የመባዛትና

ምድርን የመሙላት ሥልጣን ውስጥ ወንድና ሴት የተለያየ ሚና ይኖራቸዋል።

በወንድና በሴት መካከል ያለው ልዩነት በሥነ ሕይወታዊ ልዩነታቸው ብቻ ሳይሆን በተፈጠሩበትም መንገድ ይታያል። በዘፍጥረት 2:7 መሰረት ሰው የተፈጠረው ከምድር አፈር ነው።

7 እግዚአብሔር አምላክም ሰውን ከምድር አፈር አበጀው፤ በአፍንጫውም የሕይወት እስትንፋስን እፍ አለበት ሰውም ሕያው ነፍስ ያለው ሆነ። (ዘፍጥረት 2)

የሴት አፈጣጠር ግን ከዚህ የተለየ ነበር። የተፈጠረችው ከአዳም ነው።

21 እግዚአብሔር አምላክም በአዳም ከባድ እንቅልፍን ጣለበት፥ አንቀላፋም፤ ከጎኑም አንዲት አጥንትን ወስዶ ስፍራውን በሥጋ ዘጋው። 22 እግዚአብሔር አምላክም ከአዳም የወሰዳትን አጥንት ሴት አድርጎ ሠራት፤ ወደ አዳምም አመጣት። 23 አዳምም አለ፦
ይህች አጥንት ከአጥንቴ ናት፥ ሥጋም ከሥጋዬ ናት፤ እርስዋ ከወንድ ተገኝታለችና ሴት ትባል።

ከዘፍጥረት 2:19 ጌታ እግዚአብሔር ወንድን፣እንስሳትን እና አዕዋፋትን ከመሬት እንደፈጠረ እንረዳለን፡

የወንጌል አጋሮች

እግዚአብሔር አምላክም የምድር አራዊትንና የሰማይ ወፎችን ሁሉ ከመሬት አደረገ፤ በምን ስም እንደሚጠራቸውም ያይ ዘንድ ወደ አዳም አመጣቸው፤ አዳምም ሕያው ነፍስ ላለው ሁሉ በስሙ እንደ ጠራው ስሙ ያው ሆነ። (ዘፍጥረት 2)

ሴት ግን የተፈጠረችው ከመሬት ሳይሆን ከወንድ ነው። በዚህ አውድ ውስጥ ምን እየተከናወነ እንዳለ አስቡ። አዳም በገነት ውስጥ ሁሉንም ዓይነት እንስሳትና አዕዋፍ ሲያገኝ ቆይቷል። እግዚአብሔርም አዳምን ስም እንዲያወጣላቸው ጠየቀው። እነዚህ ሁሉ ፍጥረታት የተፈጠሩት ከምድር አፈር ነው። እግዚአብሔር ሴትን ከምድር አፈር ፈጥሮ ወደ ወንድ ቢያመጣት ኖሮ እንደ ሌላ ፍጥረት ይመለከታት ነበር።
እግዚአብሔር ከአዳም ጎን ሲያደርጋት፤አዳም ከጠራቸው ፍጥረታት ሁሉ ሴቲቱን ለይቷት ነበር። እሷ እንደነሱ አልነበረችም ነበርና። እርስዋም ከእርሱ ስለ መጣች እንደ አዳም ነበረች።

አዳም ከጎኑ የጎድን አጥንት ተወስዳ መፈጠሯን እንዴት እንዳወቀ አልተነገረንም፤ ነገር ግን ከእንቅልፉ ሲነቃ ከእርሱ እንደመጣችና እንደ እርሱ መሆኗን እና በዙሪያው እንዳሉ እንስሶች እንዳልሆነች አወቀ። ይህ ድርጊት ሴቲቱን ከሌላው ፍጥረት ለይቷታል። ለወንድ አጋር ትሆን ዘንድ የተፈጠረች ናትና።

ስለ ወንድና ሴት አፈጣጠር ከሚገልጸው ዘገባ ልንመለከተው የሚገባ ሌላ ጠቃሚ ዝርዝር ነገር አለ። መጀመሪያ የተፈጠረው አዳም ነው። የልጆቻችን የትውልድ ሥርዓት ዛሬ ለእኛ ያን ያህል ትርጉም ባይኖረውም፣ በብሉይ ኪዳን የአይሁድ አውድ፣ ይህ የትውልድ ሥርዓት በጣም አስፈላጊ ነበር።
በኦሪት ዘኍልቍ 18 ላይ ያለውን የሙሴን ሕግ አድምጡ፡-

15 ከሰው ወይም ከእንስሳ ቢሆን፥ ለእግዚአብሔር ከሚያቀርቡት ሥጋ ሁሉ ማኅፀን የሚከፍት ሁሉ ለአንተ ይሆናል፤ ነገር ግን የሰውን በኵራት ፈጽሞ ትቤዠዋለህ፥ ያልነጻውንም እንስሳ በኵራት ትቤዠዋለህ። (ዘኍልቍ 18)

ማኅፀን የከፈተ በኩር ሁሉ የጌታ ነው እና ለካህኑ አገልግሎት ተሰጥቷል። በኩር ሆኖ የተወለደው እንስሳ ርኩስ ከሆነ ባለቤቱ ለካህኑ ዋጋውን ከፍሎ መልሶ በመግዛት ራሱ ጋር ያስቀረዋል። የበኩር ልጅ ወንድ ከሆነ ወላጆቹ በተወሰነ መጠን ከጌታ መልሰው በመግዛት ያ ልጅ ከእነርሱ ጋር ይኖራል። ሁሉም ነገር የጌታ ቢሆንም፣ጌታ የሁሉም ቤተሰብ በኩር ለራሱ እንደሆነ ተናግሯል።

ስለ በኩር ልጅ ልንገነዘበው የሚገባን ሌላው አስፈላጊ ዝርዝር የአባቱን ንብረት ሁለት እጥፍ እንደሚወርስ ነው።

የወንጌል አጋሮች

በኦሪት ዘዳግም ምዕራፍ 21 ላይ ተመዝግቦ የሚገኘውን የሙሴን ሕግ ተመልከቱ፡

15 ለአንድ ሰው አንዲቱ የተወደደች አንዲቱም የተጠላች ሁለት ሚስቶች ቢኖሩት፥ ለእርሱም የተወደደችው ደግሞም የተጠላችው ልጆችን ቢወልዱ፥ በኵሩም ከተጠላችው ሚስት የተወለደው ልጅ ቢሆን፥16 ለልጆቹ ከብቱን በሚያወርስበት ቀን ከተጠላችው ሚስት በተወለደው በበኵሩ ፊት ከተወደደችው ሚስት የተወለደውን ልጅ በኵር ያደርገው ዘንድ አይገባውም፤17 ነገር ግን ከከብቱ ሁለት እጥፍ ለእርሱ በመስጠት ከተጠላችው ሚስት የተወለደው ልጅ በኵር እንደ ሆነ ያስታውቅ:: የኃይሉ መጀመሪያ ነውና በኵርነቱ የእርሱ ነው:: (ዘዳግም 21)

ይህ ሁለት እጥፍ ከበኩር ልጅ አይወሰድም ነበር:: የበኩር ልጅ ስለሆነ እና ይህን የአባቱን ርስት ሁለት አጥፍ ድርሻ ስለተሰጠው ሊከበር ይገባዋል::

በብሉይ ኪዳን የአይሁድ ባህል መሠረት በኩር ልጆች ልዩ ቦታ እንደሚኖራቸው እዚህ እንመለከታለን:: የበኩር ልጅ እንደመሆኑ መጠን በአባቱ ፊት ልዩ ርስት እና ግዴታ ይኖረዋል:: ይህ ባህላዊ ግንዛቤ ሴት በአገልግሎት ውስጥ የሚኖራትን ሚና በተመለከተ በሐዋርያት ትምህርት ላይ ተጽዕኖ ነበረው:: ጳውሎስ ይህንን ለጢሞቴዎስ በነገረበት በ1ኛ ጢሞቴዎስ 2፡12፣13 ላይ ሴቲቱ በዝግታ መማር

አለባት፤ምክንያቱም ወንድ አስቀድሞ ተፈጥሮአልና ይላል። ይህን ክፍል በኋላ እንመለከታለን። ለአሁኑ፣ ይህ እንግዲህ ስለ በኩር ልጅ እና ጥቅሞቹ የነበረው ባሕላዊ ግንዛቤ በኋላ ሐዋርያት ሴቶች በቤተክርስቲያን አገልግሎት ውስጥ ስላላቸው ሚና ለማስተማር እንደተጠቀሙበት አስተውሉ።

አሁን ወደ ዘፍጥረት 2:18 ሄደን እናነባለን፤

18 እግዚአብሔር አምላክም አለ፦ ሰው ብቻውን ይሆን ዘንድ መልካም አይደለም፤የሚመቸውን ረዳት እንፍጠርለት።
ዘፍጥረት 2)

እግዚአብሔር ሔዋንን የፈጠረው በኩር ለሆነው አዳም ረዳት ትሆን ዘንድ ነው። አዳም በኩር እንደመሆኑ መጠን ጌታ የሰጠውን ምድር የመንከባከብ ትልቅ ኃላፊነት ነበረበት። ሆኖም ይህንን ብቻውን ማድረግ አልቻለም። የፍጥረት በኩር ሆኖ የተሰጠውን ኃላፊነት ለመወጣት እንዲረዳው የሴቲቱ እርዳታ ያስፈልገው ነበር። እንደ ረዳት ሴቲቱ ዝቅ ያለች አልነበረችም። የረዳትነት ድርሻዋ ቢሆንም እሷም በእግዚአብሔር አምሳል ስለተፈጠረች ከአዳም ጋር በእግዚአብሔር ፊት በነበራት ክብር እኩል ነበረች። እንደ በኩር ልጅ እና ረዳት በመሆን በፍጥረት ላይ ይገዙ ነበር።

በዘፍጥረት ኃጢአት ወደ ዓለም ከመግባቱ በፊትም ቢሆን የሥራና የማዕረግ ልዩነት እንደነበር እንመለከታለን። ወንድና ሴት ሆነው በእግዚአብሔር መልክ ተፈጥረዋል፣ ነገር ግን በአንድ ጊዜ ወይም በአንድ መንገድ የተፈጠሩ አልነበረም። አዳም ቀድሞ ሲፈጠር ከዚያም ሔዋን ትከተላለች። አዳም የተፈጠረው ከምድር አፈር ሲሆን ሔዋን ደግሞ ከአዳም አጥንት ተፈጥራለች። አዳም የተፈጠረው በኩር ሆኖ ነው። ሄዋን የተፈጠረችው ረዳት ሆና ነው። ይህ የእግዚአብሔር ሃሳብ ፍጹም በሆነ ዓለም ውስጥ ነበር።

አዳምና ሔዋን የኖሩበት ዓለም ፍጹም ሆኖ አልቀረም። እነዚህ የመጀመሪያዎቹ ጥንዶች በኃጢአት ወደቁ። ዘፍጥረት 3 ሰይጣን ሴቲቱን እንዴት እንዳሳታትና እግዚአብሔር ከከለከለው ዛፍ እንድትበላ ያደረጋትን ታሪክ ይተርክልናል። እርስዋም የተከለከለውን ፍሬ የበላችው ለራሷ ብቻ ሳይሆን ለባሏም ሰጠችው። እግዚአብሔር አዳም የተከለከለውን ፍሬ ከበላ በኋላ የተናገረውን አድምጡ፡

17 አዳምንም አለው፦ የሚስትህን ቃል ሰምተሃልና፥ ከእርሱ እንዳትበላ ካዘዝሁህ ዛፍም በልተሃልና ምድር ከአንተ የተነሣ የተረገመች ትሁን፤ በሕይወት ዘመንህም ሁሉ በድካም ከእርስዋ ትበላለህ፤ (ዘፍጥረት 3)

እግዚአብሔር አምላክ ምድርን ረገማት፣ አዳምም የሚስቱን ቃል ሰምቷልና ማረስ ነበረበት። እዚህ ላነሳቸው የምፈልጋቸው ሁለት ነጥቦች አሉ።

በመጀመሪያ፣ እግዚአብሔር የዚህ ትንሽ ቤተሰብ በኩር እና መንፈሳዊ ራስ ሆኖ አዳምን ይጠብቀው እንደነበረ እንመለከታለን። ቤተሰቡን የመንከባከብ እና የመጠበቅ መንፈሳዊ ግዴታ ነበረበት። መሪ መሆን የብቸኝነት ቦታ ነው። አንዳንድ ጊዜም ተወዳጅ ያልሆኑ ውሳኔዎችን መወሰን ማለት ነው። ጥሩ መሪዎች በእነሱ ስር ያሉትን ሰዎች አስተያየት ቢሰሙም የመጨረሻውን ውሳኔ ለድርጅታቸው፣ለቤተክርስቲያናቸው ወይም ለቤተሰባቸው ይጠቅማል ብለው በሚሰማቸው መንገድ በመመሥረት መወሰን አለባቸው። ይህ ብዙውን ጊዜ በሌሎች የተጠቆሙትን ሃሳቦች ይቃረን ይሆናል።

ሁለተኛ፤ከእግዚአብሔር የተሰጠው ትዕዛዝ ቢኖረውም፤አዳም የሚስቱን ቃል ሰምቶ ፍሬውን በልቷል። በዘፍጥረት 3፡17 ላይ ያለው የእግዚአብሔር ክስ የሚያሳየን አዳም የቤተሰቡ ራስ ሆኖ ለዚያ ቤተሰብ የሚበጀውን መንፈሳዊ ጥቅም እንዲጠብቅ እግዚአብሔር ይጠብቅ ነበር። እንደ መሪ እና መንፈሳዊ ራስነት ያለውን ግዴታ አልተወጣም። በምትኩ ሚስቱን በኃጢአት በመተባበር ይህን ውሳኔ አሳልፎ መስጠትን መረጠ።

የዘፍጥረት 3፡17 አስፈላጊነት ስለ አዳም ራስነት ማሳየት ብቻ ሳይሆን ጳውሎስ በ1ኛ ጢሞቴዎስ 2፡14-15 ላይ ሴት ቤተክርስቲያን ውስጥ በወንድ ላይ ሥልጣን የማይኖራትን ምክንያት ለማሳየትም ተጠቅሞበታል። ይህንን በኋላ እንመለከታለን፤አሁን ግን ነጥቡ ይህ የፍጥረት ታሪክ በአዲስ ኪዳን ጸሓፊዎች ዘንድ የሴቶች በቤተክርስቲያን አገልግሎት ውስጥ ያላቸውን ሚና ለመገንዘብ መሠረት ሆኖ መታየቱ ነው።

በዘፍጥረት 3፡17 ላይ እግዚአብሔር በሰው ላይ የሰጠውን ተግሣጽ አይተናል። የተከለከለውን ፍሬ ከበላ በኋላ እግዚአብሔር ለሴቲቱ ምን እንደሚላት እናዳምጥ።

ለሴቲቱም አለ፦ በፀነስሽ ጊዜ ጭንቅሽን እጅግ አበዛለሁ፤ በጭንቅ ትወልጃለሽ፤ ፈቃድሽም ወደ ባልሽ ይሆናል፥ እርሱም ገዥሽ ይሆናል። (ዘፍጥረት 3)

ባለመታዘዟ ምክንያት ሴቲቱ ልጆቿን የምትወልደው በታላቅ ሥቃይ ነው። "ፈቃድሽም ወደ ባልሽ ይሆናል፥ እርሱም ገዥሽ ይሆናል" የሚለውን ሐረግ አስተውሉ። በዚህ ጥቅስ ውስጥ ምን እየተከናወነ እንዳለ ተመልከቱ። እግዚአብሔር ሴትን ረዳት ትሆነው ዘንድ ፈጠረ። በኃጢአት መግባት ምክንያት የእርሷ እርዳታ ወደ "ተጻራሪ ምኞት" ተለውጧል። እግዚአብሔር ወንድን የበኩር ራስ አድርጎ ፈጠረው። ኃጢአት በገባ

ጊዜ ይህ ራስነት ወደ “መግዛት” ተለወጠ። የኃጢአት መግባት እግዚአብሔር ለወንዶች እና ሴቶች የሰጠውን ሚና አልለወጠም፣ ነገር ግን እነዚያ ሚናዎች እንዴት ጥቅም ላይ ይውላሉ በሚለው ላይ ለውጥ አድርጓል። የራስነት ሥልጣኑን ኃጢአተኛ መሪ ሆኖ ይጠቀማል። እሷም ኃጢአተኛ ረዳት ሆና ከጎኑ ትቆማለች። እግዚአብሔር የበኩር ልጅ እንዲሆን የሰጠውን ኃላፊነት በወንዱ የተዛባ ግንዛቤ በሚያስከትለው መዘዞች ምክንያት ትሠቃያለች። በረዳቱ ሕይወት ውስጥ የመጣው ኃጢአት ባስከተለው ራስ ወዳድነት፣ኩራት እና አመጽ ምክንያት የሚከተለውን ውጤቶች ሁሉ ይለማመዳል።

ለምልከታ፡

ሁለቱም ወንድና ሴት በእግዚአብሔር አምሳል ስለመፈጠራቸው የሚያሳይ በዘፍጥረት መጽሐፍ ውስጥ የሰፈረ ምን ዓይነት መጽሐፍ ቅዱሳዊ ማስረጃ አለን? ሁለቱም በእግዚአብሔር አምሳል መፈጠራቸው ምን አንድምታ አለው?

ኦሪት ዘፍጥረት እንደሚነግረን እግዚአብሔር ወንዱን እና ሴቲቱን እርሱ በፈጠራቸው እንስሳትና በምድር

ሁሉ ላይ ስልጣንን ሰጣቸው:: ይህ ለወንዱ እና ሴቲቱ ያለው አንድምታ ምንድን ነው?

እግዚአብሔር የሰጣቸውን ኃላፊነት ይወጡ ዘንድ ወንድና ሴትን አንዱ ለአንዱ አስፈላጊ ይሆኑ ዘንድ የተለያዩ አድርጎ ፈጠራቸው:: በዚህ ተግባር ውስጥ እንደ ወንድና ሴት ያለን ልዩነት እርስ በርስ የሚደጋገፈው እንዴት ነው? እርስ በእርሳችን የምናስፈልገው ለምንድ ነው?

ሴት ከምድር አፈር ሳይሆን ከወንድ መፈጠሯ ምን ትርጉም አለው? ይህ በዚያ ዘመን እግዚአብሔር ለሰው ካቀረባቸው እንስሳት የሚለያት እንዴት ነው? ዛሬ ሴቶችን የምንይዝበትን መንገድ በተመለከተ ይህ ለእኛ ምን አንድምታ አለው?

አዳም መጀመሪያ መፈጠሩ አስፈላጊ የሆነው ለምንድ ነው?

እግዚአብሔር ሔዋንን ረዳት አድርጎ ፈጠረ? ይህ ከአዳም ጋር ባላት ግንኙነት ምን አንድምታ ነበረው?

እግዚአብሔር ከውድቀት በኋላ በአዳም ላይ ያደረገው ውግዘት እሱን መንፈሳዊ ራስ አድርጎ እንደጠብቀው የሚያሳየን እንዴት ነው?

ኃጢአት እግዚአብሔር በገነት ውስጥ ለወንዶች እና ለሴቶች በሰጣቸው ሚናዎች ላይ ምን ተጽዕኖ አሳደረ?

ለጸሎት:

ወንድና ሴት አድርጎ የፈጠረንን ጌታ ለማመስገን ትንሽ ጊዜ ውሰዱ። ያንን ምስል እንድትመለከቱ እና ወንዶችም ሆኑ ሴቶች ይህን ምስል በተለያዩ መንገዶች እንዴት እንደሚያንጸባርቁ እንዲረዳችሁ ጠይቁት።

የሃብቱ አስተዳዳሪዎች አድርጎ ምድርን እንንከባከብ ዘንድ የሰጠንን ኃላፊነት እንድንወጣ እንደ ወንድና ሴት እግዚአብሔር ይረዳን ዘንድ ጠይቁ። በዚህ ውስጥ እንዴት የበለጠ ታማኝ መሆን እንደምትችሉ ጠይቁ።

ወንድና ሴት አድርጎ ስለፈጠረን ጌታን ለማመስገን ትንሽ ጊዜ ውሰዱ። እንደ ዓላማው በጋራ ተስማምተን የምንሰራበትን መንገድ እንድንፈልግ እንዲረዳን ጠይቁ።

በየዕለቱ ተጽዕኖ የሚያደርግብን ኃጢአት ቢኖርም የተፈጠርንበትን ኃላፊነት እንወጣ ዘንድ እንዲረዳን እግዚአብሔርን ጠይቁ። ወንድ ወይም ሴት ሆናችሁ ለተፈጠራችሁበት ዓላማ ታማኝ ላልሆናችሁባቸው ጊዜያት ይቅር እንዲላችሁ ጠይቁ።

ምዕራፍ 2 – የብሉይ ኪዳን አምልኮ

እግዚአብሔር ምድርን ይገዙ ዘንድ ወንድና ሴትን አድርጎ በአምሳሉ እንደፈጠራቸው በዘፍጥረት ላይ ካለው የፍጥረት ምንባብ ተምረናል። ሁለቱም ወንድና ሴት በእግዚአብሔር አምሳል የተፈጠሩ ቢሆንም፣ ዳሩ ግን የተፈጠሩት ልዩ እና የተለየ ሚና ያላቸው ሆነው ነው። በዚህ ምዕራፍ ውስጥ እነዚህ ልዩነቶች በብሉይ ኪዳን አምልኮ ውስጥ እንዴት እንደሠሩ እንመልከት።

ሴቶች እና ወንዶች በጋራ ያመልኩ ነበር

በዘጸአት 14 ላይ እስራኤላውያን ከግብፅ ባርነት ነፃ ከወጡ በኋላ ያሳድዳቸው ዘንድ ፈርዖን ሰራዊቱን ወደ ምድረ በዳ ላካቸው። እግዚአብሔር ልጆቹ እንዲሻገሩ የቀይ ባህርን ውሃ ከፈለላቸው። ግብፃውያን በተከተሏቸው ጊዜ እግዚአብሔር እንደ ግድግዳ የቆመውን ውኃ በላያቸው ላይ መለሰው።

በሌላ በኩል ደግሞ፣ሙሴ ሕዝቡን በምስጋና እና በአምልኮ መዝሙር ይመራ ነበር፡-

1 በዚያም ጊዜ ሙሴና የእስራኤል ልጆች ይህንን መዝሙር ለእግዚአብሔር ዘመሩ፥ እንዲህም ብለው ተናገሩ፦ በክብር ከፍ ከፍ ብሎአልና ለእግዚአብሔር እዘምራለሁ፤ ፈረሱንና
ፈረሰኛውን በባሕር ጣለ።
2 ጕልበቴ ዝማሬዬም እግዚአብሔር ነው፥ መድኃኒቴም ሆነልኝ፤ ይህ አምላኬ ነው አመሰግነውማለሁ፥ የአባቴ አምላክ ነው ከፍ ከፍም አደርገዋለሁ።
3 እግዚአብሔር ተዋጊ ነው፥ ስሙም እግዚአብሔር ነው፥ (ዘጸአት 15)

ሙሴ በዚህ የምስጋና መዝሙር ሕዝቡን ከመራ በኋላ ማርያም በእጇ ከበሮ ይዛ ሴቶቹን በበዓል ጭፈራ ትመራ ነበር።

20 የአሮን እኅት ነቢይቱ ማሪያምም ከበሮ በእጅዋ ወሰደች ሴቶችም ሁሉ በከበሮና በዘፈን በኋላዋ ወጡ።
21 ማርያምም እየዘመረች መለሰችላቸው። በክብር ከፍ ከፍ ብሎአልና ለእግዚአብሔር ዘምሩ፤ ፈረሱንና ፈረሰኛውን በባሕር ጣለ። (ዘጸአት 15)

ይህ ጭፍራ እስራኤልን ከግብፅ ጦር ካዳነ በኋላ ለእግዚአብሔር የቀረበ አምልኮ አካል ነበር፡፡ በዚህ በዓል ላይ ማርያምና ሴቲቱ ትልቅ ሚና ተጫውተዋል፡፡

በ1ኛ ሳሙኤል 18፡6፣7 ላይ ተመሳሳይ ክስተት እንመለከታለን፡፡ ዳዊት ፍልስጤማውያንን ድል አድርጎ ወደ ቤቱ ገና መመለሱ ነው፡፡ ወደ እየሩሳሌም ከተማ ሲገባ ሴቶቹ ወደ እርሱ ወጡ፡፡ ከጠላቶቻቸው ያዳናቸውን የእግዚአብሔርን ቸርነት ለማክበር ይዘምሩ እና ይጨፍሩ ነበር፡፡

6 እንዲህም ሆነ፤ ዳዊት ፍልስጥኤማዊውን ገድሎ በተመለሰ ጊዜ፥ እየዘመሩና እየዘፈኑ እልልም እያሉ ከበሮና አታሞ ይዘው ንጉሡን ሳኦልን ሊቀበሉ ሴቶች ከእስራኤል ከተሞች ሁሉ ወጡ፡፡
7 ሴቶችም፦ ሳኦል ሺህ፥ ዳዊትም እልፍ ገደለ እያሉ እየተቀባበሉ ይዘፍኑ ነበር፡፡ (1ኛ ሳሙኤል 18)

ከ2ኛ ዜና 35፡25 ላይ ሴቶች እና ወንዶች በጌታ እግዚአብሔር አምልኮ ሆነው የለቅሶን መዝሙር ይዘምሩ እንደነበር እንማራለን፡፡

25 ኤርምያስም ለኢዮስያስ የልቅሶ ግጥም ገጠመለት፤ እስከ ዛሬም ድረስ ወንዶችና ሴቶች መዘምራን ሁሉ በልቅሶ ግጥማቸው ስለ ኢዮስያስ ይናገሩ ነበር፤ ይህም በእስራኤል ዘንድ ወግ ሆኖ በልቅሶ ግጥም ተጽፎአል፡፡ (2ኛ ዜና 35)

በዕዝራ ዘመን ወደ ኢየሩሳሌም ከተመለሱት ቡድኖች መካከል 200 ወንዶችና ሴቶች መዘምራን ነበሩ (ዕዝራ 2፡65 ተመልከቱ)

በመሳፍንት 5፡1 ላይ ንጉስ የአቢኒኤምን ድል ካደረጉ በኋላ ነቢይት ዲቦራ እና የጦር አዛዡ ባርቅ እንዴት ለጌታ የምስጋና መዝሙር እንደዘመሩ እንመለከታለን።

የብሉይ ኪዳን ሴቶች ከወንዶች ጋር በነፃነት ማምለክ ይችሉ ነበር። እግዚአብሔርን እና ታላቅ ድሎችን ለማክበር ይዘመሩ እንዲሁም ያሸበሽቡ ነበር።

ወንዶች እና ሴቶች ቃሉን በመስበክ እና በማንበብ በአንድነት ይሆኑ ነበር

በብሉይ ኪዳን ሴቶች ከወንዶች ጋር መቀላቀል ብቻ ሳይሆን የእግዚአብሔር ቃል ሲነበብና ሲታወጅም አብረው ይሆኑ ነበር። በዘዳግም 31፡12-13 ሙሴ የእግዚአብሔር ሕግ ሲነበብ እንዲሰሙ የወንዶችን፣ የሴቶችን እና የሕጻናትን ጉባኤን አዘዞ ነበር፡

12 ይሰሙና ይማሩ ዘንድ፥ አምላካችሁንም እግዚአብሔርን ይፈሩ ዘንድ፥ የዚህንም ሕግ ቃሎች ሁሉ ጠብቀው ያደርጉ ዘንድ ሕዝቡን ወንዶችንና

ሴቶችን ሕፃናቶችንም በአገራችሁ ደጅ ያለውንም መጻተኛ ሰብስብ።
13 የሕግ ቃላት የማያውቁ ልጆቻቸውም ዮርዳኖስን ተሻግራችሁ ልትወርሱአት በምትሄዱባት ምድር በምትኖሩበት ዘመን ሁሉ ይስሙ፥ አምላካችሁን እግዚአብሔርንም መፍራት ይማሩ። (ዘዳግም 31)

ወንዶች፣ ሴቶች እና ህጻናት ቃሉን በማንበብ እሱን እና ዓላማውን እንዴት መከተል እንደሚችሉ ይማሩ ዘንድ የእግዚአብሔር ዓላማ ነበር።

ኢያሱ 8 ላይ እስራኤል በጋይ ከተሸነፉ በኂላ፣ ኢያሱ ከአምላካቸው ከእግዚአብሔር ጋር የገቡትን ቃል ኪዳን ያድሱ ዘንድ ህዝቡን ሰበሰበ። የሕጉንም ቃል አነበበላቸው። የዚህን ሕግ ቃል ለመስማት ወንዶችና ሴቶች ተሰበሰቡ፡

34 ከዚህም በኋላ በሕጉ መጽሐፍ እንደ ተጻፈ ሁሉ፥ የሕጉን ቃሎች ሁሉበረከቱንና እርግማኑን አነበበ።
35 ኢያሱም በእስራኤል ጉባኤ ሁሉ በሴቶቹም በሕፃናቱም በመካከላቸውም በሚኖሩት መጻተኞች ፊት ሁሉን አነበበ እንጂ ሙሴ ካዘዘው አንዲት ቃል አላስቀረም።(ኢያሱ 8)

ካህኑ ዕዝራም የሕጉን መጽሐፍ ቃል ይሰሙ ዘንድ ወንዶችና ሴቶች በፊቱ ተሰበሰቡ።

1 ሰባተኛውም ወር በደረሰ ጊዜ የእስራኤል ልጆች በከተሞቻቸው ነበሩ። ሕዝቡም ሁሉ በውኃው በር ፊት ወዳለው አደባባይ እንደ አንድ ሰው ሆነው ተሰበሰቡ፤ እግዚአብሔርም ለእስራኤል ያዘዘውን የሙሴን ሕግ መጽሐፍ ያመጣ ዘንድ ጸሐፊውን ዕዝራን ተናገሩት።
2 ካህኑም ዕዝራ በሰባተኛው ወር በመጀመሪያው ቀን ሕጉን በማኅበሩ በወንዶችና በሴቶች አስተውለውም በሚሰሙት ሁሉ ፊት አመጣው።
3 በውኃውም በር ፊት ባለው አደባባይ ላይ ቆሞ፥ ወንዶችና ሴቶች የሚያስተውሉም ሲሰሙ፥ ከማለዳ ጀምሮ እስከ ቀትር ድረስ አነበበው የሕዝቡም ሁሉ ጆሮ የሕጉን መጽሐፍ ለመስማት ያደምጥ ነበር። (ነህምያ 8)

ነህምያ 8 የሕጉ ቃሎች በሚነበቡበት ጊዜ ሌዋውያን የእነዚህን ቃላት ትርጉም ሕዝቡን እንዳስተማሩ በመናገር ይቀጥላል። ዐውደ-ጽሑፉ በግልጽ እንደሚያሳየው በዚያ ቀን ወንዶችና ሴቶች በጉባኤ ውስጥ ነበሩ። ሴቶች የእግዚአብሔርን ቃል በማንበብ እና በመስበክ ከወንዶች ጋር ይሰበሰቡ ነበር።

ሴቶችና እና ወንዶች በአደባባይ ሐጢአታቸውን ይናዘዙ ነበር

በብሉይ ኪዳን ሴቶች እና ወንዶች በአደባባይ ኃጢአታቸውን መናዘዝ እና ስለ ኃጢአታቸውም ያለቀሱበት ቢያንስ ሁለት አጋጣሚዎች አሉ። እንግዲህ

በነህምያ 8 በጠቀስነው ምንባብ ወንዶችም ሆኑ ሴቶች የጌታን ቃል ለመስማት እንደተሰበሰቡ እንመለከታለን። በዚያ ቀን ለእግዚአብሔር ቃል ስብከትና ትምህርት “ሕዝቡ ሁሉ” የሰጡትን ምላሽ ተመልከቱ፡-

9 ሐቴርሰታ ነህምያም ጸሐፊውም ካህኑ ዕዝራ ሕዝቡንም የሚያስተምሩ ሌዋውያን ሕዝቡን ሁሉ፦ ዛሬ ለአምላካችን ለእግዚአብሔር የተቀደሰ ቀን ነው፤ አታልቅሱ እንባም አታፍስሱ አሉአቸው፤ ሕዝቡ ሁሉ የሕጉን ቃል በሰሙ ጊዜ ያለቅሱ ነበርና። (ነህምያ 8)

“ሕዝቡ ሁሉ” የሕጉን ቃል በሰሙ ጊዜ አለቀሱ። እነዚህ ሰዎች፣ ወንዶችም ሆኑ ሴቶች፣በቃሉ እውነት ተነክተው ነበር። ወንዶችና ሴቶች በአንድነት በእግዚአብሔር ላይ በፈጸሙት ኃጢአት አዝነው ነበር።

ዕዝራ 10፡1 ይበልጥ ግልጽ ያደርገዋል፤

1 ዕዝራም እያለቀሰና በእግዚአብሔር ቤት ፊት እየወደቀ በጸለየና በተናዘዘ ጊዜ ከእስራኤል ዘንድ የወንድና የሴት የሕፃናትም እጅግ ታላቅ ጉባኤ ወደ እርሱ ተሰበሰበ፤ ሕዝቡም እጅግ አለቀሱ። (ዕዝራ 10)

ወንዶችም ሴቶችም በእግዚአብሔር መንፈስ ተነክተው ነበር። በአንድነት ኃጢአታቸውን ተናዘዙ በእግዚአብሔርም ፊት አዘኑ።

ወንዶች እና ሴቶች ለጌታ መስዋዕትን ያመጡ ነበር

ሴቶች ልክ እንደ ወንዶች መባዎቻቸውን ለጌታ እንዲያቀርቡ ይበረታቱ ነበር።

20 የእስራኤልም ልጆች ማኅበር ሁሉ ከሙሴ ፊት ወጡ።
21 ከእነርሱም ሰው ሁሉ ልቡ እንዳነሣሣው መንፈሱም እሺ እንዳሰኘው ለመገናኛው ድንኳን ሥራ ለማገልገያውም ሁሉ ለተቀደሰውም ልብስ ለእግዚአብሔር ስጦታ አመጡ።
22 ወንዶችና ሴቶችም ልባቸው እንደ ፈቀደ ማርዳዎችን፥ ሎቲዎችንም፥ ቀለበቶችንም፥ ድሪዎችንም፥ የወርቅ ጌጦችንም ሁሉ አመጡ፤ ሰዎችም ሁሉ የወርቅ ስጦታ ወደ እግዚአብሔር አቀረቡ። (ዘጸአት 35)

29 ከእስራኤል ልጆችም ያመጡ ዘንድ ልባቸው ያስነሣቸው ወንዶችና ሴቶች ሁሉ ሙሴ ይሠራ ዘንድ እግዚአብሔር ላዘዘው ሥራ ሁሉ ለእግዚአብሔር ስጦታ በፈቃዳቸው አመጡ። (ዘጸአት 35)

እግዚአብሔር ወንድ በሚያቀርበው እና ሴት በምታቀርበው መባ መካከል ምንም ልዩነት አላደረገም። ልባቸው ያነሳሳቸው ሁሉ መባዎቻቸውን ለጌታ ለማቅረብ ነፃ ነበሩ።

ወንዶች እና ሴቶች ለጌታ ቃል ኪዳን ይገቡ ነበር

በዘኍልቍ 6:1-4 ላይ ወንዶችም ሆኑ ሴቶች እንደ ናዝራዊ ለጌታ ልዩ የሆነ የመለየት ቃል ኪዳን ሊያደርጉ እንደቻሉ እናነባለን።

2 ለእስራኤል ልጆች ንገራቸው። ሰው ወይም ሴት ለእግዚአብሔር ራሱን የተለየ ያደርግ ዘንድ የናዝራዊነት ስእለት ቢሳል፥
3 ከወይን ጠጅና ከሚያሰክር መጠጥ ራሱን የተለየ ያድርግ፤ ከወይን ወይም ከሌላ ነገር የሚገኘውን ሆምጣጤ አይጠጣ፥ የወይንም ጭማቂ አይጠጣ፤ የወይን እሸት ወይም ዘቢብ አይብላ።
4 ራሱን የተለየ ባደረገበት ወራት ሁሉ ከወይን የሆነውን ነገር ሁሉ ከውስጡ ፍሬ ጀምሮ እስከ ገፈፎው ድረስ አይብላ። (በዘኍልቍ 6)

የናዝራዊነት ቃል ኪዳን ለተወሰነ ጊዜ እና ለአንድ ዓላማ ለጌታ የመለየት ልዩ ስለት ነበር። በዘኍልቍ 6:2 ላይ ይህ አንድ ወንድ ወይም ሴት ሊገቡት የሚችሉት የመለየት ቃል ኪዳን እንደሆነ ግልጽ ነው። በዚህ ስለት ላይ የተደረገ ምንም ልዩነት የለም።

ሴቶች ለጌታ ስለት መግባት ቢችሉም፣ሴቶች ስለት በሚፈጽሙበት ጊዜ አንዳንድ ገደቦች እንዳሉ በዘኍልቁ 30 ላይ እናነባለን። የሙሴ ሕግ ከወላጆቿ ጋር በቤት

ውስጥ የምትኖር አንዲት ሴት አባቷ የማይቀበለው ከሆነ የገባችው ስለት ሊሻር እንደሚችል ይገልጻል፡

3 ሴትም ደግሞ ለእግዚአብሔር ስእለት ብትሳል፥ እርስዋም በአባትዋ ቤት ሳለች በብላቴንነትዋ ጊዜ ራስዋን በመሐላ ብታስር፥
4 አባትዋም ራስዋን ያሰረችበትን መሐላ ስእለትዋንም ቢሰማ፥ አባትዋም ዝም ቢላት፥ ስእለትዋ ሁሉ ይጸናል፥ ራስዋንም ያሰረችበት መሐላ ሁሉ ይጸናል።
5 አባትዋ ግን በሰማበት ቀን ቢከለክላት፥ ስእለትዋ ራስዋንም ያሰረችበት መሐላዋ አይጸኑም፤ አባትዋ ከልክሎአታልና እግዚአብሔር ይቅር ይላታል።(ዘኁልቁ 30)

ባል ላላት ሴትም ተመሳሳይ መመሪያ ተግባራዊ ይሆናል። ባሏ የቤቱ አስተዳዳሪ እንደመሆኑ መጠን ሚስቱ የገባችውን ስለት የማይቀበል ከሆነ ስለቱን መሻር ይችላል፡

6 በተሳለችም ጊዜ ራስዋንም በመሐላ ያሰረችበት ነገር ከአፍዋ በወጣ ጊዜ ባል ያገባች ብትሆን፥
7 ባልዋም ቢሰማ፥ በሰማበትም ቀን ዝም ቢላት፥ ስእለትዋ ይጸናል፥ ራስዋንም ያሰረችበት መሐላ ይጸናል።
8 ባልዋ ግን በሰማበት ቀን ቢከለክላት፥ በእርስዋ ላይ ያለውን ስእለትዋን ራስዋንም በመሐላ ያሰረችበትን

የአፍዋን ነገር ከንቱ ያደርገዋል፤ እግዚአብሔርም ይቅር ይላታል። (ዘኍልቁ 30)

ለጌታ ስለት መሳልን በተመለከተ፤ሴቲቱ ነጻ ሆና ሳለ ያላገባች ወይም ያገባች ሴት የቤተሰቧ አለቃን ይሁንታ ማግኘት ይኖርባታል።

በመንፈሳዊ ጉዳዮች ወንዶችን መምከር

በመጽሐፍ ቅዱስ በተለያዩ አጋጣሚዎች፣ ሴቶች በእግዚአብሔር ፊት ኃላፊነታቸውን ያልወጡትን ወንዶች ለመምከር ጌታ ተጠቅሞባቸዋል። በዘጸአት 4:24-26 ጌታ ሙሴን ሊገድለው እንዴት እንደፈለገ እናነባለን። ሚስቱ ሲፓራም ባልጩት ወሰደች፥የልጅዋንም ሸለፈት ገረዘች፥ ወደ እግሩም ጣለችው፤የእግዚአብሔርን ቁጣ በማረጋጋት የባሏን ህይወት አዳነች። ሙሴ የቤተሰቡ መንፈሳዊ ራስ ሆኖ ሳለ ልጃቸውን ባለመገረዝ ኃላፊነቱን መወጣት አልቻለም። ሚስቱም “አንተ ለእኔ የደም ሙሽራ ነህ” በማለት ገሠጸችው (ዘጸአት 4:25) ። እንግዲህ እሷ እርምጃ ወስዳ ባይሆን ኖሮ ሙሴ ግብፅ ላይደርስ ይችል ነበር። ሙሴ ግዴታውን ሳይወጣ ሲቀር እሷም የእሱን ኃላፊነት ወስዳ ቤተሰቡን አትርፋለች። ይህ ኃላፊነት የቤተሰቡ ራስ የሆነው የወንዱ ቢሆንም፣ በዚህ ጉዳይ ላይ፣ ሲፓራ፣ እንደ ሚስት የወሰደችው ባሏ እንደሚገባው መሪ መሆን ባለመቻሉ ነው።

ዲቦራ ባርቅን እንዲበረታ እና ጠላታቸውን የሆነውን ሲሣራንና ሠራዊቱን እንዲዋጋ መከረችው:: ባርቅ ይህን ኃላፊነት ለመሸከም የፈራ ይመስላል:: ዲቦራ ግን ለጌታ ትዕዛዝ ታማኝ እንዲሆን እና እንደ ወታደራዊ አዛዥ የነበረበትን ኃላፊነት እንዲወጣ አደረገችው::

6 ልካም ከቃዴስ ንፍታሌም የአቢኒኤምን ልጅ ባርቅን ጠርታ፦ የእስራኤል አምላክ እግዚአብሔር፦ ሄደህ ወደ ታቦር ተራራ ውጣ፥ ከአንተም ጋር ከንፍታሌምና ከዛብሎን ልጆች አሥር ሺህ ሰዎች ውሰድ፣ (መሣፍንት 4)

ባርቅ ከሲሣራ ጋር ለመዋጋት የሚስማማው ዲቦራ አብራው ከሄደች ብቻ ነው::

8 ባርቅም፦ አንቺ ከእኔ ጋር ብትሄጂ እኔ እሄዳለሁ፣ አንቺ ግን ከእኔ ጋር ባትሄጂ እኔ አልሄድም አላት::
9 እርስዋም፦ በእውነት ከአንተ ጋር እሄዳለሁ፣ ነገር ግን እግዚአብሔር ሲሣራን በሴት እጅ አሳልፎ ይሰጣልና በዚህ በምትሄድበት መንገድ ለአንተ ክብር አይሆንም አለችው:: ዲቦራም ተነሥታ ከባርቅ ጋር ወደ ቃዴስ ሄደች:: (መሣፍንት 4)

በጌታ ስላልታመነ እና ይህንን ኃላፊነት በፈቃዱ ስላልወሰደ፣ባርቅ ሲሣራን የሚያሸንፈው አይሆንም:: ይልቁንም የሔቤር ሚስት ኢያዔል ለዕረፍት እና

የብሉይ ኪዳን አምልኮ

ለመዝናናት ወደ ድንኳኗ በመጣ ጊዜ ይህን ታላቅ የጦር አዛዥ ገደለችው (መሳፍንት 4:17-22 ተመልከት) ። የዲቦራ ምክር ባይሆን ኖሮ ሲሣራ ምድሪቱን አበላሽቶ ሊሆን ይችል ነበር፡፡ እግዚአብሔር የጠራው መሪ እንዲሆን ባርቅን መሞገት አስፈልጓት ነበር፡፡ እነዚህ ሴቶች የሃገራቸውን እና የቤተሰቦቻቸው ወንድ እግዚአብሔር የጠራቸው አይነት መሪ እንዲሆኑ በመሞገት ረገድ ወሳኝ ሚና ነበራቸው፡፡

ሴቶች በመገናኛው ድንኳን ያገለግሉ ነበር

ሴቶች በመገናኛው ድንኳን ውስጥ አገልግሎት ነበራቸው፡፡ በዚህ የመገናኛ ድንኳን ደጃፍ ላይ ስለ አገልግሎታቸው የሚናገር ማስረጃዎች አሉን፡፡ ለምሳሌ ባስልኤል በመገናኛው ድንኳን ደጃፍ ውስጥ ከሚያገለግሉት ከሴቶች መስታወት ለድንኳኑ የሚውለውን የመታጠቢያውን ሰንና መቀመጫው እንዴት እንደሠራ እናነባለን፤

8 የመታጠቢያውን ሰንና መቀመጫውንም በመገናኛው ድንኳን ደጃፍ ከሚያገለግሉ ከሴቶች መስተዋት ከናስ አደረገ፡፡ (ዘጸአት 38)

ካህኑ ዔሊ በክህነት የሚያገለግሉ ልጆች ነበሩት፡፡ መጽሐፍ ቅዱስ እግዚአብሔርን የማያውቁ ምናምንቴዎች ብሎ ይገልጻቸዋል (1ሳሙ 2:12) ።

ከአስጸያፊ ኃጢአታቸው አንዱ በ1ኛ ሳሙኤል 2:22 ላይ ተገልጿል፡

22 ዔሊም እጅግ አረጀ፤ ልጆቹም በእስራኤል ሁሉ ላይ ያደረጉትን ሁሉ፥ በመገናኛውም ድንኳን ደጅ ከሚያገለግሉት ሴቶች ጋር እንደ ተኙ ሰማ። (1ኛ ሳሙኤል 2)

የዔሊም ልጆች በመገናኛው ድንኳን ደጃፍ ከሚያገለግሉት ሴቶች ጋር ተኙ። በግልጽ ለማየት እንደሚቻለው እነዚህ ሴቶች በማደሪያው ድንኳን ደጃፍ ላይ ለዝሙት አዳሪነት የተገኙ አልነበሩም፤ ይህ ካልሆነ ግን የሙሴን ሕግ የሚጻረር በመሆኑ ፈጥነው ይወገዱ ነበር። ዘጸአት 38:8 እነርሱ እያደረጉ የነበሩትን ነገር "አገልግሎት" በማለት ይገልጻል። 1ኛ ሳሙኤል 2:12 "አገልግሎት" ሲል ያብራራዋል።

እነዚህ ሴቶች በማደሪያው ድንኳን ደጃፍ ላይ ስለሚያደርጉት አገልግሎት ትክክለኛ ምንነት እርግጠኛ ባንሆንም በጽዳት ወይም በበር ጠባቂነት የማገልገል ሚና እንደነበራቸው ይታሰባል። አንዳንድ አስተያየት ሰጪዎች ዓመቱን ሙሉ ለሚከበሩ ልዩ በዓላት በመዘመር እና በማሸብሸብ ሲሳተፉ እንደነበር ያመለክታሉ። ተግባራቸው ምንም ይሁን ምን፣ የማደሪያው ድንኳን አጠቃላይ አገልግሎት አስፈላጊ ክፍል ነበር።

ሴቶች በመገናኛው ድንኳን ደጃፍ ላይ ከነበራቸው ተግባር ባሻገር በብሉይ ኪዳን ሃይማኖታዊ ሕይወት ውስጥ ሌሎች የአገልግሎት ሚናዎችን ተጫውተዋል። በዘፀአት 35፡25፡26 ላይ ለማደሪያው ድንኳን ግንባታ አስፈላጊ የሆነውን ነገር ለመሥራት የፍየል ጠጉር ስለሚፈትሉ ሴቶች እናነባለን።

25 በልባቸው ጥበበኞች የሆኑ ሴቶችም በእጃቸው ፈተሉ፥ የፈተሉትንም ሰማያዊውን ሐምራዊውንም ቀዩንም ግምጃ፥ ጥሩውንም በፍታ አመጡ።
26 ልባቸውም በጥበብ ያስነሣቸው ሴቶች ሁሉ የፍየልን ጠጕር ፈተሉ። (ዘጸአት 35)

እነዚህ ሴቶች በዘፀአት 35፡25 ላይ እንደ “ጥበበኛ ሴቶች” ተገልጸዋል። ይሁን እንጂ ይህ በእነዚህ ሴቶች በኩል የተደረገ የበጎ ፈቃድ ድርጊት መሆኑን አስተውሉ። ቁጥር 26 ይህን ጉልህ አስተዋጽዖ ያደረጉት ችሎታቸውን ለመጠቀም ልባቸው ያነሳሳቸው እንደነበሩ ይነግረናል። እነርሱ በችሎታቸው፣በበጎ ልባቸው እና በለጋስነታቸው ይታወቃሉ።

በመስተንግዶ አገልግሎት የብሉይ ኪዳን ሴቶችም ጉልህ ሚና ተጫውተዋል። ጌታ በሰራፕታ ያለች አንዲት ባልቴት የአገልጋዩን የኤልያስን ፍላጎት እንድታሟላ እንዳዘዛት ይናገራል።

8 ተነሥተህም በሲዶና አጠገብ ወዳለችው ወደ ሰራፕታ ሂድ፥ በዚያም ተቀመጥ፤9 እነሆም፥ ትመግብህ ዘንድ አንዲት ባልቴት አዝዣለሁ የሚል የእግዚአብሔር ቃል መጣለት።

(1 ነገስት 17)

እግዚአብሔር ይህችን ባልቴት ነቢዩን እንድትደግፍ ጠርቶ ቤት ሰጠው። ይህ ለኤልያስ በችግር ጊዜ ታላቅ በረከት ነበር።

የኤልያስ ተተኪ የሆነው ኤልሳዕ በሱነም ክልል ሲያገለግል ተመሳሳይ በረከት አግኝቷል። በ2ኛ ነገ 4 ላይ የሆነውን ታሪክ አድምጡ፡

8 አንድ ቀንም እንዲህ ሆነ፤ ኤልሳዕ ወደ ሱነም አለፈ፥ በዚያም ታላቅ ሴት ነበረች፤ እንጀራ ይበላ ዘንድ የግድ አለችው፤ በዚያም ባለፈ ቍጥር እንጀራ ሊበላ ወደዚያ ይገባ ነበር።
9 ለባልዋም፦ ይህ በእኛ ዘንድ ሁልጊዜ የሚያልፈው ቅዱስ የእግዚአብሔር ሰው እንደ ሆነ አውቃለሁ።
10 ትንሽ ቤት በሰገነቱ ላይ እንሥራ፤ በዚያም አልጋ ጠረጴዛ ወንበርና መቅረዝ እናኑርለት፤ ወደ እኛም ሲመጣ ወደዚያ ይገባል አለችው። (2ኛ ነገስት 4)

ይህች ሃብታም ሴት በልግስና ለኤልሳዕ ምግብ የምታቀርብለት ብቻ ሳይሆን ኤልሳዕ በአካባቢው ባለፈ

ቁጥር የሚያርፍበት አንድ ትንሽ ክፍል በሰገነታቸው ላይ አልጋ፣ጠረጴዛ፣ ወንበርና ፋኖስ እንዲሰሩለት ለባሏ ነገረችው። ሃብቷን የእግዚአብሔር አገልጋይ ለማገልገል ተጠቀመችበት። ነቢዩ በ2ኛ ነገ 4፡13-17 ላይ ለታላቅ ለጋስነቷ በምላሹ ምን ማድረግ እንደሚችል ሲጠይቃት ምን ያህል አመስጋኝ እንደነበረ ፍንጭ እናገኛለን። ሴቲቱ ልጅ አልወለደችም ነበር፣ ነገር ግን ኤልሳዕ ይህን ነገር ለእግዚአብሔር ባቀረበ ጊዜ፣ እርሷ እና ባሏ በልጅ ተባረኩ።

በ1ኛ ሳሙኤል 1፡9-11 የነቢዩ የሳሙኤል እናት ልጅ ታገኝ ዘንድ ለመጸለይ እና ጌታ ልጅ ከሰጣት ለእግዚአብሔር ልትቀድሰው ስለት ልትሳል በመጣችበት ቤተመቅደስ ውስጥ እናገኛታለን። ይህን ሳሙኤልን የተባለውን ልጇን ለእግዚአብሔር ለሙሉ ጊዜ አገልግሎት ለማቅረብ በሚቀጥለው ዓመት ትመለሳለች (1ኛ ሳሙ 1፡26-28) ። ከዚህ የበለጠ መስዋዕትነት መክፈል አልቻለችም። ልጇም ደግሞ የእስራኤል ሕዝብ ከሚያውቁት ታላላቅ ነቢያት አንዱ ይሆናል።

እነዚህ ሴቶች ታማኝ የእግዚአብሔር አገልጋዮች ነበሩ። ችሎታቸውን እና ሃብታቸውን ለጌታ ለመጠቀም ራሳቸውን አሳልፈው ሰጥተዋል። ጊዜያቸው፣ጥረታቸው እና ልግስናቸው መንግሥቱን በመስፋፋት ረገድ በጌታ ዘንድ የተባረከ ነበር።

ሴቶች ከእግዚአብሔር ቃል ይቀበሉ ነበር።

የሳምሶን እናት በመሳፍንት 13 ላይ አንድ መልአክ ጎበኝቷት ነበር። ይህም መልአክ እስራኤልን ከባርነት ነፃ የሚያወጣ ወንድ ልጅ እንደምትወልድ ነገራት።

የሙሴ እህት ማርያም በዘጸአት 15፡20-21 ነብይት እንደነበረች ይናገራል። ከበሮዋን ይዛ የነበሩትን ሴቶች በጭፈራና በዝማሬ እየመራች ከግብጽያውያን ያዳናቸውን እግዚአብሔርን ያመሰግኑ እና ያመልኩ ነበር።

በመሣፍንት 4 ላይ ተብራርቶ የቀረበልንን የነቢይቱን የዲቦራ አገልግሎት አድምጡ፡

4 በዚያ ጊዜም ነቢይቱ የለፊዶት ሚስት ዲቦራ በእስራኤል ላይ ትፈርድ ነበረች።
5 እርስዋም በተራራማው በኤፍሬም አገር በራማና በቤቴል መካከል ካለው የዲቦራ ዛፍ ከሚባለው ከዘንባባው በታች ተቀምጣ ነበር፤ የእስራኤልም ልጆች ወደ እርስዋ ለፍርድ ይወጡ ነበር። (መሣፍንት 4)

“የእስራኤል ሕዝብ ለፍርድ ወደ እርስዋ መጡ” የሚለውን ሐረግ ተመልከቱ። እዚህ ያለው ሐሳብ እነዚህ ሰዎች ችግሮቻቸውን መፍታት እንደሚያስፈልጋቸው እና የጌታ ትምህርት ለእነሱ ምን

እንደሆነ ማወቅ ይፈልጉ ነበር። ወደ ዲቦራ በሚመጡ ጊዜ እሷም ስለ እነርሱ ጌታን ታማክረው ነበር።

ለረጅም ጊዜ በተወው ቤተመቅደስ ውስጥ የሕጉን መጽሐፍ ካገኘ በኋላ፣ንጉሥ ኢዮስያስ እግዚአብሔርን እንዲጠይቅ ካህኑን ኬልቅያስን አዘዘው (2 ነገስት 22፡12፣13) ። ካህኑና አገልጋዮቹ ነቢይቱን ሕልዳናን አግኝተው አማከሯት። ለእነዚህ ሰዎች ከእግዚአብሔርን ዘንድ ቃል ትፈልግ ነበር፤ከዚያም ይህን ቃል ይዘው ወደ ንጉሡ ተመለሱ (2ኛ ነገ 22፡14-20) ። በሕልዳና በኩል፣ጌታ እነዚህን ሰዎች ስለሚመጣው ፍርድ ያስታውሳቸዋል።

እግዚአብሔር በነቢያቱ በኩል ወደ እግዚአብሔር እንዲመለሱ በዘመናቸው ለነበሩት ወንድ አመራር ተናገረ። የነቢይነት ስጦታው በወንዶች ላይ ብቻ የተወሰነ አልነበረም። ወይም ይህ ስጦታ ያላት ሴት ስጦታዋን ለሴቶች ብቻ ትጠቀም ዘንድ የተገደበ አልነበረም።

ነጻ አውጪ ሴቶች

መጽሐፍ ቅዱስ እስራኤላውያንን ከጠላቶቿ ነፃ ያወጡትን የበርካታ ሴቶች ታሪክ ይተርካል። ዲቦራ ባትሆን ኖሮ ባራቅ የሲሣራን ሠራዊት አያሸንፍም ነበር (መሳፍንት 4 ተመልከቱ) ኢያኤል ደግሞ የጦር አዛዡን

ሲሣራን ገደለችው፣ እስራኤልንም ከዚህ ጨካኝ ጨቋኝ አድነዋል (መሳፍንት 4፡18-23 ተመልከቱ) ክፉው ንጉሥ አቢሜሌክ ከቴቤዝ ከተማ ቅጥር ላይ ድንጋይ በራሱ ላይ በወረወረችው ሴት ተገደለ (መሳፍንት 9፡50-55 ተመልከት) ፡፡ የአቢግያ ጥበብ የተሞላበት ምክር ዳዊት የናባልን ቤተሰብ በሙሉ እንዳያጠፋ ከለከለው (1ኛ ሳሙኤል 25 ተመልከቱ) ፡፡ እነዚህ ሴቶች በችግር ጊዜ ለእግዚአብሔር ሕዝብ ታላቅ ድል ለማምጣት እግዚአብሔር ተጠቅሞባቸዋል፡፡

ገደቦች

እንደተመለከትነው ሴቶች በእስራኤል ሐይማኖታዊ ሕይወት ውስጥ ንቁ ተሳትፎ ያደርጋሉ፡፡ ይሁን እንጂ በእነሱ ላይ የተወሰኑ ገደቦች ነበሩ፡፡ እነዚህ ገደቦች በሁለት ዋና ዋና ርዕሶች ስር ይከፈላሉ፡፡

አለመንጻት

በብሉይ ኪዳን በሴቶች ላይ የተጣለው የመጀመሪያው የእገዳዎች ስብስብ ከሥርዓታዊ ርኩሰት ጋር የተያያዘ ነው፡፡ በትክክል ለመናገር ይህ ገደብ ለወንዶችም ጭምር ነበር፡፡

አንድ ወንድ ወይም ሴት ርኩስ ሊሆኑ የሚችሉባቸው ብዙ መንገዶች ነበሩ፡፡ ለምሳሌ የሞተን ሰው አስከሬን

የብሉይ ኪዳን አምልኮ

መንካት አንድን ሰው በእግዚአብሔር ፊት ርኩስ ያደርገዋል፤በዚህም ምክንያት መባቸውን ለእግዚአብሔር እንዲያቀርቡ አይፈቀድላቸውም ነበር (ዘሌዋውያን 9:6 ተመልከቱ) ። አንድ ሰው የቆዳ በሽታ እንዳለበት ከታወቀ፣ በካህኑ እንደ ርኩስ ተቆጥሮ ሊታወጅ እና ወደ ማደሪያው ድንኳን እንዳይሄድ ወይም በእግዚአብሔር ሕዝብ መካከል እንኳን እንዳይዘዋወር ሊከለከል ይችላል (ዘሌዋውያን 13 ተመልከቱ) ። ሌላው የመርከስ ዘዴ ርኩስ የሆነን እንስሳ ወይም ነፍሳት በመንካት ነው (ዘሌዋውያን 11፡13-40 ተመልከቱ) ። እነዚህ አጋጣሚዎች አንድ ግለሰብ እስኪነጻ ድረስ ጌታን እንዳያመልክ ሊያደርጉት ይችላሉ።

ከላይ ከተጠቀሱት ምሳሌዎች በተጨማሪ ከሰውነት የሚወጡ ጉዳዮች ነበሩ። ለምሳሌ አንድ ሰው ከሰውነቱ ፈሳሽ ቢወጣ እንደ ርኩስ ይቆጠር ነበር። ይህ ፈሳሽ ከቁስል የሚወጣ ንፍጥ ወይም መግል እንዲሁም ምናልባትም በሰውነቱ ውስጥ ካለ ህመም ጋር የተያያዘ ሊሆን ይችላል። ይህ ሰው ርኩስ ነው። የሚጠቀመው ነገር ሁሉ ርኩስ ይሆናል፤የነካውም ሁሉ ይረክሳል። (ዘሌዋውያን 15፡2-13 ተመልከቱ) ይህ መርህ ለሴትም የሚሰራ ይሆናል።

የዘር ፈሳሽ መውጣትም ሰውን ያረክሳል። ይህ ከሴት ጋር የተደረገ የግብረ ሥጋ ግንኙነት ውጤት ከሆነ ወንዱም ሴቲቱም ርኩስ ከመሆናቸውም በላይ በውኃ መታጠብና እስከ ማታ ድረስ ንጹሕ እስኪሆኑ ድረስ

የወንጌል አጋሮች

መጠበቅ ይኖርባቸው ነበር (ዘሌዋውያን 15፡16-18 ተመልከቱ) ።

በወር አበባዋ ወቅት አንዲት ሴት ለሰባት ቀናት እንደ ርኩስ ተቆጥራለች። በዚያ ጊዜ እሷን የሚነካ ወይም የተቀመጠችበት ወይም የምትተኛበት ነገር ሁሉ እንዲሁ ርኩስ ይሆናል (ዘሌዋውያን 15፡19-30 ተመልከቱ) ።

የሙሴ ሕግ አንዲት ሴት ልጅ ስትወልድ እያገገመችም ቢሆንም እንኳን ርኩስ እንደሆነች ይናገራል። ልጁ ወንድ ከሆነ ለ 40 ቀናት ርኩስ ትሆናለች። የተወለደችው ልጅ ሴት ከሆነች እናቲቱ ለ80 ቀናት ርኩስ ትሆናለች (ዘሌዋውያን 12፡1-8 ተመልከቱ) በዘሌዋውያን 12፡4 ላይ በዚህ የርኩሰት ጊዜ ሴቲቱ ወደ እግዚአብሔር መቅደስ እንድትቀርብ እንደማይፈቀድላት ግልጽ ነው፡

4 ከደምዋም እስክትነጻ ሠላሳ ሦስት ቀን ትቀመጥ የመንጻትዋ ቀንም እስኪፈጸም ድረስ የተቀደሰን ነገር አትንካ፥ ወደ መቅደስም አትግባ። (ዘሌዋውያን 12)

እነዚህ የመንጻት ጊዜዎች ሴቲቱ በድንኳኑ ውስጥ ምን ያህል ጊዜ ማገልገል ወይም ለእግዚአብሔር መባ ማምጣት እንደምትችል ይገድባል። ጌታ እሱን የሚያመልኩት (ወንድም ሆነ ሴት) በሥርዓት ንጹሕ እንዲሆኑ ይፈልግ ነበርና። እነዚህን መሥፈርቶች

የብሉይ ኪዳን አምልኮ

ለመከተል ፈቃደኛ ያልሆነ ማንኛውም ሰው ከእግዚአብሔር ሕዝብ ጉባኤ ተለይቶ ይወገዳል።

20 ሰውም ርኵስ ቢሆን ሁለመናውንም ባያጠራ፥ ያ ሰው የእግዚአብሔርን መቅደስ አርክሶአልና ከጉባኤው መካከል ተለይቶ ይጠፋል፤በሚያነጻ ውኃ አልተረጨም፤ርኵስ ነው። (ዘኊልቊ 19)

መገዛት

እግዚአብሔር አዳምን በኩር እና መንፈሳዊ ራስ አድርጎ እንደፈጠረው በመጀመሪያው ምዕራፍ ተመልክተናል። ሴቲቱ ደግሞ የተፈጠረችው ረዳት ትሆን ዘንድ ነው። የብሉይ ኪዳን ህግ ይህንን ግንኙነት ጠብቆታል።

አንዲት ሴት ለጌታ ስለት ለማስገባት ነፃ ስትሆን፣ ያ ስለት በሕይወቷ ውስጥ ራስ በሆነው ወንድ የሚገዛ ይሆናል። አሁንም ከአባቷ ጋር የምትኖር ከሆነ፣አባቷ ስለቷ ላይ የመሰልጠን መብት ነበረው። ያገባች ከሆነች እና ባሏ ስለቷን ካልተቀበለ፣ ሊሽረው ይችላል፤ከዚያም ያ በእሷ ላይ አስገዳጅ አይሆንም (ዘሌዋውያን 30.3-16 ተመልከቱ) ። ይህም በቤተሰብ ላይ ያለውን የወንድን ራስነት እና በእሱ ስር ያሉ ሰዎችን የመጠበቅ ኃላፊነትን በድጋሚ ያረጋግጣል።

በብሉይ ኪዳን፣የእስራኤል መንፈሳዊ ደኅንነት በካህናቱ እና በሌዋውያን ይመራ ነበር። በእግዚአብሔር ትእዛዝ አሮንና ልጆቹ ካህናት እንዲሆኑ ተመርጠዋል (ዘጸአት 29፡1-9 ተመልከቱ) ። ካህናቱንም በዘወትር ተግባራቸው እንዲረዷቸው የሌዊ ዘሮችን እግዚአብሔር መረጠ (ዘኍልቍ 3፡5-39 ተመልከቱ) ።
ሴቶች ይህ ኃላፊነት አልተሰጣቸውም፤ነገር ግን እንደ ሌሎቹ የእስራኤል ሰዎች እግዚአብሔር ለሕዝቡ ለሾመው መንፈሳዊ አመራር መገዛት ነበረባቸው።

እውነተኛው የእስራኤል መንፈሳዊ ሕይወት በሃገሩ የቤተሰብ ሕይወት ውስጥም ይታያል። ወንድ የቤተሰቡ ራስ እንደሆነ ይቆጠር ነበርና።

4 ከየነገዱም አንድ ሰው የአባቶቹ ቤት አለቃ ከእናንተ ጋር ይሁን። (ዘኍልቍ 1)

3 ሙሴም እንደ እግዚአብሔር ትእዛዝ ከፋራን ምድረ በዳ ላካቸው፤ እነርሱም ሁሉ የእስራኤል ልጆች አለቆች ነበሩ። (ዘኍልቍ 13)

ሚስት በባሏ ሥልጣን ሥር መሆኗ በብሉይ ኪዳን ታይቷል፡-

20 ነገር ግን ባልሽን ትተሽ ረክሰሽ እንደ ሆነ፥ ከባልሽም ሌላ ከወንድ ጋር ተኝተሽ እንደሆነ፣21 ካህኑም ሴቲቱን በመርገም መሐላ ያምላታል፥ ካህኑም ሴቲቱን፦

እግዚአብሔር ጭንሽን እያሰለሰለ ሆድሽንም እየነፋ፥ እግዚአብሔር ለመርገምና ለመሐላ በሕዝብሽ መካከል ያድርግሽ፤
29-30 ሴት ባልዋን ትታ በረከሰች ጊዜ፥ ወይም በሰው ላይ የቅንዓት መንፈስ በመጣበት ጊዜ፥ ስለ ሚስቱም በቀና ጊዜ፥ የቅንዓት ሕግ ይህ ነው፤ ሴቲቱንም በእግዚአብሔር ፊት ያቁማት፥ ካህኑም እንደዚህ ሕግ ሁሉ ያድርግባት፡፡ (ዘኍልቍ 5)

የሙሴ ሕግ በእስራኤል ሃገር መንፈሳዊ አመራርና ቤተሰብ ውስጥ ያለውን የወንድ ራስነት ይጠብቅ ነበር፡፡ በዚህ ራስነት ሥር ያሉ ሁሉ ወንድም ይሁኑ ሴት ለዚህ አመራር ታዛዥና አክብሮት ሊኖራቸው ይገባል፡፡

ሴቶች በእስራኤል ሃይማኖታዊ ሕይወት ውስጥ ንቁ ተሳትፎ ያደርጉ ነበር፡፡ እንዲሁም ከወንዶች ጋር አብረው ያመልኩ ነበር፡፡ ከወንዶች ጋር ሆነው ይማሩ ነበር፡፡ ከወንዶች ጋር በመሆን ኃጢአታቸውን በአደባባይ በመናዘዝ ወደ እግዚአብሔር ቤት መባ ያመጡ ነበር፡፡ እንደ ወንድ ሃይማኖታዊ ስለት ማድረግ ወይም ለመጸለይ ወደ ቤተመቅደስ መግባት ይችላሉ፡፡ በእግዚአብሔር ቤት መግቢያ እና በተለያዩ የእስራኤል መንፈሳዊ ሕይወት አገልግሎቶች ውስጥ ያገለግሉ ነበር፡፡ እግዚአብሔር ሴቶች ወንዶችን በመንፈሳዊ አካሄዳቸው እንዲመክራቸው እና እንደ መንፈሳዊ መሪነት ሚናቸው እንዲሞግቷቸው ይጠቀምባቸው ነበር፡፡ ትንቢታዊ ስጦታዎችን የተሰጣቸው ሲሆን

የወንጌል አጋሮች

ህዝቡን ከጠላቶቻቸው ለማዳን እንዲሁ ተጠቅሞባቸዋል፡፡ በግልጽ ለማየት እንደሚቻለው ሴቶች በእስራኤል መንፈሳዊ ሕይወት ውስጥ ትልቅ ሚና ተጫውተዋል፡፡

እነዚህ በርካታ የአገልግሎት መንገዶች ቢሆኑም የአገሪቱ መንፈሳዊ አመራር በዚህ ታሪካዊ ወቅት በሰው እጅ ወድቆ ነበር፡፡ ይህ የሆነው በባህላዊ ምክንያቶች ሳይሆን በእግዚአብሔር ምርጫ ሰዎችን ወደዚህ ቦታ በመጥራት ነው፡፡

ለምልከታ፡

በብሉይ ኪዳን ሴቶች ጌታን ለማምለክ እና ለማገልገል የነበራቸው ነፃነት ምን ነበር? አንዳንድ ምሳሌዎችን ስጡ፡፡

በመንፈሳዊ መሪነት ስፍራ ላይ ሆነው ወንዶችን ስላበረታቱ ወይም ስለመከሩ ሴቶች አንዳንድ ምሳሌዎችን ስጡ? ለእነርሱ ይህን ማድረግ ተገቢ ነበርን? በሥልጣን ላይ ያለውን ሰው መምከር ወይም ማረም ማለት ለመሪነት አንገዛም ማለት ነውን?

የብሉይ ኪዳን አምልኮ

እግዚአብሔር ለህዝቡ መዳንን ለማምጣት የተጠቀመባቸውን ሴቶች አንዳንድ ምሳሌዎችን ስጡ?

የሙሴ ሕግ የወንድ መንፈሳዊ መሪዎችን ራስነት የሚጠብቀው እንዴት ነው?

እግዚአብሔር ወንድ መንፈሳዊ መሪን የመሾሙ እውነታ በሴቶች ላይ የሚደርስ ጭቆናን ያሳያልን? ወንዶች ደግሞ እግዚአብሔር በእነርሱ ላይ ለመሰረተው መንፈሳዊ አመራር መገዛት ነበረባቸውን?

ራስነት የአገልግሎት መብትን ወይም ኃላፊነትን ያመለክታልን? ራስነት በእኛ ኃላፊነት ሥር ያሉትን ሰዎች የመንከባከብ ኃላፊነት ከሆነ ታዲያ መንፈሳዊ ራስነት ከሚያገለግሉት ሰዎች የበለጠ አስፈላጊ ነው ማለት እንችላለን?

ለጸሎት:

በብሉይ ኪዳን እርሱን ለሚያመልኩት እና ለሚያገለግሉት ሴቶች ለሰጣቸው ነፃነት እግዚአብሔርን አመስግኑት፤ እናንተን ለመምከር እና ወደ እራሱ ለመቅረብ በህይወታችሁ ውስጥ ስለተጠቀመባቸው ሴቶች ጌታን ለማመስገን ትንሽ ጊዜ ውሰዱ።

በመጽሐፍ ቅዱስ ውስጥ ስለ ራስነት ትክክለኛ አመለካከት እንዲሰጣችሁ ጌታን ጠይቁ። ለመንፈሳዊ ደህንነታችሁ የሚንከባከቧችሁን እንድታከብሩ እና ዋጋ እንድትሰጡ እንዲያስተምራችሁ ጠይቁ።

የእናንተ ያልሆነውን ስልጣን ለመያዝ ለሞከራችሁበት ጊዜያት እግዚአብሔር ይቅር እንዲላችሁ ጠይቁ። ለህይወታችሁ ባለው ዓላማ ትመላለሱ ዘንድ ደስታን እንዲሰጣችሁ ጠይቁ።

ምዕራፍ 3 -

ኢየሱስ እና ሴቶች

ኢየሱስ ለሴት ስላለው አመለካከት በአዲስ ኪዳን ውስጥ ካሉት የመጀመሪያ ማጣቀሻዎች አንዱ በሆነው የተራራው ስብከቱ ውስጥ ታይቷል፡

27 አታመንዝር እንደ ተባለ ሰምታችኋል።
28 እኔ ግን እላችኋለሁ፥ ወደ ሴት ያየ ሁሉ የተመኛትም ያን ጊዜ በልቡ ከእርስዋ ጋር አመንዝሮአል። (ማቴዎስ 5)

ኢየሱስ ወንዶች በፍትወት ወደ ሴት ቢመለከቱ በልባቸው ዝሙት በመፈጸም በእግዚአብሔር ፊት ኃጢአተኞች እንደሆኑ ተናግሯል። በዚህ ምንባብ ውስጥ የወሲብ ምስሎችን እና የዝሙት አስተሳሰቦችን ክፋት ይቃወማል። ወንዶች በሃሳባቸው ሴቶችን እንዲያከብሩ እና ለሴቶች ስብዕና እና አክብሮት ምላሽ እንዲሰጡ ያዛል።

ዘዳግም 24ን እንዲህ አናነባለን፡

1 ሰው ሴትን ወስዶ ቢያገባ፥ የእፍረት ነገር ስላገኘባት በእርሱ ዘንድ ሞገስ ባታገኝ፥ የፍችዋን ጽሕፈት ጽፎ በእጅዋ ይስጣት፥ ከቤቱም ይስደዳት። (ዘዳግም 24)

የሙሴ ሕግ አንድ ሰው ሚስቱ "በፊቱ ሞገስ ሳታገኝ" ብትቀር ወይም "በእሷ ዘንድ መጥፎ ነገር ባገኘ ጊዜ" ይፈታት ዘንድ እንዴት እንደፈቀደ አስተውሉ። ይህ ምን ማለት ነው የሚለው ጥያቄ በብሉይ ኪዳን ለታላቅ ክርክር ክፍት ነበር። ይህ ደግሞ ወንዶች በተለያዩ ምክንያቶች ሚስቶቻቸውን እንዲፈቱ እና ያለ ድጋፍ እና ገቢ እንዲኖሩ ያደርጋቸዋል።

ኢየሱስ በተራራው ስብከቱ ስለዚህ ጉዳይ ሲናገር እንዲህ ሲል ተናግሯል፡

31 ሚስቱን የሚፈታት ሁሉ የፍችዋን ጽሕፈት ይስጣት ተባለ።32 እኔ ግን እላችኋለሁ፥ ያለ ዝሙት ምክንያት ሚስቱን የሚፈታ ሁሉ አመንዝራ ያደርጋታል፥ የተፈታችውንም የሚያገባ ሁሉ ያመነዝራል። (ማቴዎስ 5)

ኢየሱስ እንደተናገረው፣ አንድ ሰው ከሚስቱ ጋር አብሮ መኖር እና እሷን መደገፍ ይገባዋል። በዝሙት ምክንያት ጥፋተኛ እስካልሆነች ድረስ ሊፈታት

አይገባውም። ኢየሱስ አንድ ባል ለሚስቱ ፍላጎት በማጣቱ ምክንያት ሊፈታት እንደማይገባ በመናገር ሴቶችን ከመባረር ይጠብቃል። በዚያ ባህል ውስጥ አሸናፊ የሆነ ሰው አለመግባባቶች ቢኖሩም የሚስቱን ፍላጎት እንዲያሟላ ይጠብቅ ነበር። እሷን እና ለእሷ ያለውን ቁርጠኝነት ማክበር ነበረበት። ከዚህ የኢየሱስ ትምህርት ሴቶች በፍቅር እና በአክብሮት የመስተናገድ መብት እንዳላቸው ግልጽ ነው።

በማቴዎስ 26:6-13 ኢየሱስ በለምጻሙ በስምዖን ቤት ሳለ አንዲት ሴት እግሩን እጅግ በከበረ ሽቱ ቀባችው። ደቀመዛሙርቱ ውድ የሆነውን ሽቱ በመባከኑ ምክንያት ተናደዱ። ኢየሱስ ግን ከሴቲቱ ጎን በመቆም ድርጊቷን ተከላከለ።

10 ኢየሱስም ይህን አውቆ እንዲህ አላቸው፦ መልካም ሥራ ሠርታልኛለችና ሴቲቱንስ ስለ ምን ታደክሙአታላችሁ? (ማቴዎስ 26)

ሉቃስ 7 ኢየሱስ በአንድ ፈሪሳዊ ቤት ሳለ አንዲት "ኃጢአተኛ የሆነች እና በከተማይቱ የታወቀች ሴት" ወደ እርሱ ቀርባ እግሩን እየቀባች፣እየሳመች እንዲሁም በጠጉሯ ያበሰችበትን ጊዜ ይገልጻል። ፈሪሳውያን በምግባሯ ተደናግጠው የነበረ ሲሆን ኢየሱስ እንዲህ ያለች ሴት እንድትነካው እንኳን በመፍቀዱ ማመን አቃታቸው። ኢየሱስም ዳግመኛም እንዲህ ሲል ተከላከለላት፡

44 ወደ ሴቲቱም ዘወር ብሎ ስምዖንን እንዲህ አለው፦ ይህችን ሴት ታያለህን? እኔ ወደ ቤትህ ገባሁ፥ ውኃ ስንኳ ለእግሬ አላቀረብህልኝም፤ እርስዋ ግን በእንባዋ እግሬን አራሰች በጠጕርዋም አበሰች።
45 አንተ አልሳምኸኝም፤ እርስዋ ግን ከገባሁ ጀምራ እግሬን ከመሳም አላቋረጠችም።
46 አንተ ራሴን ዘይት አልቀባኸኝም፤ እርስዋ ግን እግሬን ሽቱ ቀባች።
47 ስለዚህ እልሃለሁ፥ እጅግ ወዳለችና ብዙ ያለው ኃጢአትዋ ተሰርዮላታል፤ ጥቂት ግን የሚሰረይለት ጥቂት ይወዳል። (ሉቃስ 7)

ኢየሱስ በዚህች ሴት ላይ የነበራቸውን አመለካከት በመቃወም ተግባሯ ከእነርሱ ይልቅ ምን ያህል የላቀ እንደሆነ አሳይቷቸዋል። ወደ እርሱ ከመቅረብ አላደናቀፋትም። በማህበረሰቡ ዘንድ ያላትን ስም መልካም ባይሆንም ተቀብሏታል። ወደዳት መስዋዕቷንም ተቀበለ። እርሷ ለኢየሱስ በዚያ ክፍል ውስጥ ካለ ከማንኛውም ሰው የበለጠ ቅን እና አፍቃሪ ነበረች።

በሉቃስ 10 ላይ ማርያም እና ማርታ የተባሉ የሁለት እህትማማቾችን ታሪክ እናነባለን። ኢየሱስን በቤታቸው ተቀብለው አስተናገዱት። ማርታ ኢየሱስን እና ደቀ መዛሙርቱን በማገልገል ተጠምዳለች፣ ማርያም ደግሞ

በኢየሱስ እግር ስር ተቀምጣ ትምህርቱን ትሰማ ነበር (ሉቃስ 10፡39) ።

ከዚያም ማርታ ማርያም እንግዶቹን የማገልገልን ሥራ ሁሉ ለእሷ በመተዋ ተናደደች። የኢየሱስን ንግግር በማቋረጥ ማርያም እነዚህን እንግዶች በማገልገል እንድትረዳቸው ይነግራት ዘንድ ጠየቀችው።

40 ማርታ ግን አገልግሎት ስለ በዛባት ባከነች፤ ቀርባም፦ ጌታ ሆይ፥ እኔ እንድሠራ እኅቴ ብቻዬን ስትተወኝ አይገድህምን? እንኪያስ እንድታግዘኝ ንገራት አለችው። (ሉቃስ 10)

ኢየሱስ ግን ማርያም ትክክለኛውን ነገር እያደረገች እንደሆነ ለማርታ ነገራት።እንግዶቹን ለማገልገል ራሷን በስራ በመጥመድ ከጎኑ እንድትርቅ አይፈልግምና።

41 ኢየሱስም መልሶ፦ ማርታ፥ ማርታ፥ በብዙ ነገር ትጨነቂአለሽ ትታወኪማለሽ፥ 42 የሚያስፈልገው ግን ጥቂት ወይም አንድ ነገር ነው፤ ማርያምም መልካም ዕድልን መርጣለች ከእርስዋም አይወሰድባትም አላት። (ሉቃስ 10)

ኢየሱስ ማርያም እውነትን የመማር ፍላጎት ያላት አስተዋይ ሰው እንደሆነች አውቆታል። ተማሪው አድርጎ ተቀበላት። በዙሪያዋ እንዳሉት ሰዎች በእግሩ ስር ተቀምጦ ለመማር ሙሉ መብት ነበራት። ኢየሱስ

እንግዶቹን እንድታገለግል ማርያምን ወደ ኩሽና አልላካትም፡፡ እሱ በሚያስተምረው ቃል ተማሪ ሆና በመገኘቷ ተደስቶ ነበር፡፡

በዮሐንስ 4 ላይ ኢየሱስ ከሳምራዊት ሴት ጋር በሃይማኖታዊ ውይይት ላይ እንመለከተዋለን፡፡ በሳምራዊ እና በአይሁድ የአምልኮ ግንዛቤ መካከል ስላለው ልዩነት ይወያዩ ነበር፡፡ ሊመጣ ስላለው መሲሕ ጉዳይም አንስተዋል፡፡ ገበያ ሄደው የነበሩት ደቀመዛሙርት ወደ ኢየሱስ ተመልሰው ከአንዲት ሳምራዊት ሴት ጋር በጥልቀት እየተወያየ ሲያገኙት ተገረሙ፡

27 በዚያም ጊዜ ደቀ መዛሙርቱ መጡና ከሴት ጋር በመነጋገሩ ተደነቁ፤ ነገር ግን፦ ምን ትፈልጊያለሽ? ወይም፦ ስለ ምን ትናገራታለህ? ያለ ማንም አልነበረም፡፡ (ዮሐንስ 4)

በቁጥር 27 ላይ ኢየሱስ ከሴት ጋር በመነጋገሩ ደቀ መዛሙርቱ ተደንቀዋል፡፡ ሳምራዊ ስለመሆኗ እዚህ ጥቅስ ውስጥ ምንም አልተጠቀሰም፡፡ ኢየሱስ ከአንዲት ሴት ጋር ሥነ-መለኮታዊ ክርክር ውስጥ ገብቶ ነበር፡፡ ደቀ መዛሙርቱ ኢየሱስ ከዚህች ሴት ጋር ስለ ጥልቅ ጉዳዮች በነፃነት ሲነጋገር አገኙት፡፡ እንድትጠይቀው የፈቀደላት ሲሆን እርሷም በምላሹ ለጥያቄዎቿ ምላሽ ሰጣት፡፡ ኢየሱስ እሷን እንደ አንድ አስተዋይ ሰው፣

መንፈሳዊ ጉዳዮችን መማርና መወያየት እንደምትችል ተመልክቷል። ይህ ለቀኑ በጣም መሠረታዊ ነበር።

በዮሐንስ 8፡1-11 ፈሪሳውያን በዝሙት ድርጊት የተያዘችውን ሴት ወደ ኢየሱስ አመጡ። እርሱን ይኮንኑ ዘንድ መንገድ ለማግኘት ይህችን ሴት እየተጠቀሙ ነበር። በዚህ ትዕይንት ውስጥ የሚገርመው ነገር ከእርሷ ጋር ስለተያዘው ሰው ምንም የተነገረን ነገር አለመኖሩ ነው። የሙሴ ሕግ ወንድና ሴት ሁለቱም እንዲገደሉ እንደሚደነግግ በጣም ግልጽ ነበር፡

10 ማናቸውም ሰው ከሌላ ሰው ሚስት ወይም ከባልንጀራው ሚስት ጋር ቢያመነዝር አመንዝራውና አመንዝራይቱ ፈጽመው ይገደሉ። (ዘሌዋውያን 20)

ኢየሱስ የፈሪሳውያንን ሐሳብ ስለሚያውቅ "ከእናንተ ኃጢአት የሌለበት እርሱ አስቀድሞ በድንጋይ ይውገራት" (ዮሐንስ 8፡7) በማለት መለሰ። ሴቲቱን አንድ በአንድ ብቻዋን ከኢየሱስ ጋር ትተዋት ሄዱ። ሁሉም ከወጡ በኂላ ኢየሱስ አመንዝራይቱን ሴት እንዲህ አላት፡

10 ኢየሱስም ቀና ብሎ ከሴቲቱ በቀር ማንንም ባላየ ጊዜ፦ አንቺ ሴት፥ እነዚያ ከሳሾችሽ ወዴት አሉ? የፈረደብሽ የለምን? አላት። 11 እርስዋም፦ ጌታ ሆይ፥ አንድ ስንኳ አለች። ኢየሱስም፦ እኔም አልፈርድብሽም፤

ሂጂ ከአሁንም ጀምሮ ደግመሽ ኃጢአት አትሥሪ አላት። (ዮሐንስ 8)

ኢየሱስ የፈሪሳውያንን ግብዝነት አይቶ ነበር እና እነሱም በእግዚአብሔር ፊት ኃጢአተኞች እንደሆኑ ያውቃል። ይህች ሴት በእግዚአብሔር ፊት ኃጢአት በመስራቷ ምክንያት መሞት ከተገባት ፈሪሳውያንም እንዲሁ ሞት ይገባቸዋል። ኢየሱስ ሴት በመሆኗ በተለየ መንገድ አላያትም።

ኢየሱስ ወንዶችም ሆኑ ሴቶች ይቅርታና መዳን ሲፈልጉ በእኩል ደረጃ ይመለከታቸው ነበር። በሉቃስ 7:37 ላይ "የከተማይቱ ኃጢአተኛ የነበረችውን ሴት" ዝቅ አድርገው ለሚመለከቱ ሰዎች ሲናገር፣ኢየሱስ እንዲህ አለ።

47 ስለዚህ እልሃለሁ፥ እጅግ ወዳለችና ብዙ ያለው ኃጢአትዋ ተሰርዮላታል፤ ጥቂት ግን የሚሰረይለት ጥቂት ይወዳል።
48 እርስዋንም፦ ኃጢአትሽ ተሰርዮልሻል አላት።
49 ከእርሱም ጋር በማዕድ ተቀምጠው የነበሩት በልባቸው፦ ኃጢአትን እንኳ የሚያስተሰርይ ይህ ማን ነው? ይሉ ጀመር።
50 ሴቲቱንም፦ እምነትሽ አድኖሻል፤ በሰላም ሂጂ አላት።
(ሉቃስ 7)

በዚያ ክፍል ውስጥ የነበሩት ሰዎች ሊቀበሏት ፈቃደኞች ባይሆኑም ኢየሱስ ግን እግዚአብሔር እንደተቀበላት አረጋገጠላት። አሁን መዳን እና ይቅርታው የተረጋገጠ መሆኑን አውቃ መንገዷን መሄድ ትችላለች።

የዘመኑ የሃይማኖት መሪዎች ኢየሱስን በሰንበት ቀን ሴቲቱን ስለፈወሰ አወገዙት (ሉቃስ 13) ። ኢየሱስ በእነዚህ መሪዎች ፊት ድርጊቱን ተከላክሏል፡

15 ጌታም መልሶ፦ እናንተ ግብዞች፥ ከእናንተ እያንዳንዱ በሰንበት በሬውን ወይስ አህያውን ከግርግሙ ፈትቶ ውኃ ሊያጠጣው ይወስደው የለምን?
16 ይህችም የአብርሃም ልጅ ሆና ከአሥራ ስምንት ዓመት ጀምሮ ሰይጣን ያሰራት በሰንበት ቀን ከዚህ እስራት ልትፈታ አይገባምን? አለው። (ሉቃስ 13)

በዕለቱ የተገኙት ሰዎች አህያቸዉን ከሴቲቱ በተሻለ ሁኔታ የሚንከባከቡ ነበሩ። አህያቸውን ለመመገብ እና ለማጠጣት የሰንበትን ህግ ይጥሳሉ፤ነገር ግን በሰንበት የተቸገረችን ሴት ለመርዳት እጃቸውን እንኳን አያነሱም። ኢየሱስ እነዚህን ሰዎች ግብዞች ብሎ ጠርቷቸዋል። ኢየሱስ ለሴቲቱ እንዴት እንደተናገረ ተመልከቱ። “የአብርሃም ልጅ” ብሎ ይጠራታል። የአብርሃም ልጅ ብሎ ሲጠራት ከአብርሃም ጋር የገባው ቃል ኪዳን እንዳላት እየገለጸላት ነው። በዚያ የቃል ኪዳን ስምምነት ውስጥ በሚመጣው መዳን ከወንዶች ጋር ተካፋይ ነበረችና። መዳንን የማግኘት እኩል መብት

ነበራት። እግዚአብሔር በአብርሃም በኩል በገባው ቃል ኪዳን ከወንዶች ጋር እኩል የሆነ የቃል ኪዳን አጋር ነበረች።

በትምህርቱ፣ጌታ ብዙ ጊዜ በዘመኑ የነበሩ ሴቶች ሊረዷቸው የሚችሉ ምሳሌዎችን ይጠቀም ነበር። የእግዚአብሔርን መንግሥት ለመግለጽ ሁሉ እስኪቦካ ድረስ ሴት ወስዳ በሦስት መስፈሪያ ዱቄት የሸሸገችውን እርሾ ትመስላለች የሚል ምሳሌ ተጠቅሟል (ማቴዎስ 13፡33 ተመልከቱ) ። በሌላ ጊዜ ደግሞ አሥር ድሪም ያላት አንድ ድሪም ቢጠፋባት፥ መብራት አብርታ ቤትዋንም ጠርጋ እስክታገኘው ድረስ አጥብቃ ስለምትፈልግ አንዲት ሴት ምሳሌ ተናግሯል (ሉቃስ 15፡8) ። በሌላ ጊዜ ደግሞ በመጨረሻው ቀን የሚሆነውን ነገር ለማስረዳት ሁለት ሴቶች በወፍጮ ሲፈጩ በሚል ተናግሯል (ማቴዎስ 24፡41) ።

እነዚህ ምሳሌዎችን መጠቀሙ ኢየሱስ በትምህርቱ ውስጥ ሴቶችን ማካተት እንደሚፈልግ ያሳየናል። ብዙ ጊዜ ለሁሉም አይነት ሕዝብ ይናገር ነበር። ትምህርቱ ለሴቶችም ሆነ ለወንዶች ልብ የሚነካ ነበር።

ከማቴዎስ 27፡55 እና ሉቃስ 8፡3 የምንረዳው የሴቶች ቡድን ኢየሱስን እና ደቀ መዛሙርቱ ወንጌልን በሚሰብኩ ጊዜ ይከተሏቸው ነበር። እነዚህ ሴቶች ለአገልግሎቱ ከፍተኛ አስተዋጽዖ አበርክተዋል፡

55 ኢየሱስን እያገለገሉ ከገሊላ የተከተሉት ብዙ ሴቶች በሩቅ ሆነው ሲመለከቱ በዚያ ነበሩ፤
56 ከእነርሱም መግደላዊት ማርያምና የያዕቆብና የዮሳ እናት ማርያም የዘብዴዎስም የልጆቹ እናት ነበሩ። (ማቴዎስ 27)

1 ከዚህም በኋላ እየሰበከና ስለ እግዚአብሔር መንግሥት የምሥራች እየተናገረ በየከተማይቱ በየመንደሩም ያልፍ ነበር፤
2 አሥራ ሁለቱም ከእርሱ ጋር ነበሩ፥ ከክፉዎች መናፍስትና ከደዌም ተፈውሰው የነበሩ አንዳንድ ሴቶች፤ እነርሱም ሰባት አጋንንት የወጡላት መግደላዊት የምትባል ማርያም፥
3 የሄሮድስ አዛዥ የኩዛ ሚስት ዮሐናም ሶስናም ብዙዎች ሌሎችም ሆነው በገንዘባቸው ያገለግሉት ነበር። (ሉቃስ 8)

እሱና ደቀ መዛሙርቱ ከቦታ ወደ ቦታ ሲጓዙ እነዚህ ሴቶች ኢየሱስን ያገለግሉ ነበር። በገንዘብም ሆነ በተግባር ለኢየሱስ ይሰጡ የነበረው ከሃብታቸው ነው።

ጌታ ኢየሱስ በተሰቀለ ጊዜ ሴቶች ለመቅበር ሽቱና ቅባት አዘጋጁ፡

55 ከገሊላም ከእርሱ ጋር የመጡት ሴቶች ተከትለው መቃብሩን ሥጋውንም እንዴት እንዳኖሩት አዩ።

56 ተመልሰውም ሽቱና ቅባት አዘጋጁ። በሰንበትም እንደ ትእዛዙ ዐረፉ። (ሉቃስ 23)

በዮሐንስ 20፡10-18 መግደላዊት ማርያም ባዶውን የኢየሱስን መቃብር እንዳገኘች ገልጻ ለደቀመዛሙርቱ እንዴት እንደነገረቻቸው እናነባለን፡

1 ከሳምንቱም በፊተኛው ቀን መግደላዊት ማርያም ገና ጨለማ ሳለ ማለዳ ወደ መቃብር መጣች ድንጋዩም ከመቃብሩ ተፈንቅሎ አየች።
2 እየሮጠችም ወደ ስምዖን ጴጥሮስና ኢየሱስ ይወደው ወደ ነበረው ወደ ሌላው ደቀ መዝሙር መጥታ፦ ጌታን ከመቃብር ወስደውታል ወዴትም እንዳኖሩት አናውቅም አለቻቸው። (ዮሐንስ 20)

ስለ ሁነቶች የነበራት ግንዛቤ ትክክል ባይሆንም፣ኢየሱስ በመቃብር ቦታ አግኝቷት እራሱን በግል ገልጦላት ነበር።

11 ማርያም ግን እያለቀሰች ከመቃብሩ በስተ ውጭ ቆማ ነበር። ስታለቅስም ወደ መቃብር ዝቅ ብላ ተመለከተች፤
12 ሁለት መላእክትም ነጭ ልብስ ለብሰው የኢየሱስ ሥጋ ተኝቶበት በነበረው አንዱ በራስጌ ሌላውም በእግርጌ ተቀምጠው አየች።

13 እነርሱም፦ አንቺ ሴት፥ ስለ ምን ታለቅሻለሽ? አሉአት። እርስዋም፦ ጌታዬን ወስደውታል ወዴትም እንዳኖሩት አላውቅም አለቻቸው።

14 ይህንም ብላ ወደ ኋላ ዘወር ስትል ኢየሱስን ቆሞ አየችው፤ ኢየሱስም እንደ ሆነ አላወቀችም።

15 ኢየሱስም፦ አንቺ ሴት፥ ስለ ምን ታለቅሻለሽ? ማንንስ ትፈልጊያለሽ? አላት። እርስዋም የአትክልት ጠባቂ መስሎአት፦ ጌታ ሆይ፥ አንተ ወስደኸው እንደ ሆንህ ወዴት እንዳኖርኸው ንገረኝ እኔም እወስደዋለሁ አለችው።

16 ኢየሱስም፦ ማርያም አላት። እርስዋ ዘወር ብላ በዕብራይስጥ፦ ረቡኒ አለችው፤ ትርጓሜውም፦ መምህር ሆይ ማለት ነው።

17 ኢየሱስም፦ ገና ወደ አባቴ አላረግሁምና አትንኪኝ፤ ነገር ግን ወደ ወንድሞቼ ሄደሽ፦ እኔ ወደ አባቴና ወደ አባታችሁ ወደ አምላኬና ወደ አምላካችሁ ዓርጋለሁ ብለሽ ንገሪአቸው አላት።

18 መግደላዊት ማርያም መጥታ ጌታን እንዳየች ይህንም እንዳላት ለደቀ መዛሙርቱ ነገረች። (ዮሐንስ 20)

ኢየሱስ ማርያም ትንሳኤውን እና ዕርገቱን እንድታበስር አዘዛት። በታሪክ ውስጥ ታላቅ የሆነውን ክስተት ማወጅ እንዴት ያለ ታላቅ ዕድል ነበር። ይህ ትንሣኤ እና ዕርገት እስከ ምድር ዳርቻ ድረስ መዳንን የሚያመጣ ነው። ለመስበክ ከዚህ የበለጠ ጠቃሚ መልዕክት አልነበረም። "በኃጢአትና በሞት ላይ ድል ነሥቶ

ተነስቷል፡፡ በአብ ቀኝ ለመቀመጥ ወደ ላይ ዐረገ፡፡" ኢየሱስ ይህን መልእክት ለመግደላዊት ማርያም አደራ ሰጠ፡፡

ኢየሱስ ሴቶችን ከፍ አድርጎ ይመለከታቸው ነበር፡፡ ሴት በክብር እና ማዕረግ መያዝ እንዳለባት አስተምሯል፡፡ በፍትህ አድልዎ አላሳየም፡፡ በኢየሱስ አዕምሮ ውስጥ ወንዶችና ሴቶች በሕግ ፊት እኩል ነበሩ፡፡ ሴቶችን እና ወንዶችን አንድ ላይ አስተምሯል እንዲሁም በእውቀት እና በትምህርት ችሎታቸው ምንም ልዩነት አላደረገም፡፡ ኢየሱስ እንዳለው፣ ወንዶችም ሆኑ ሴቶች በደህንነት ውስጥ እኩል ተካፋይ ነበሩ፡፡ ሴቶች ኢየሱስን ያገለግሉ ነበር እንዲሁም የወንጌልን የምሥራች እንዲያውጁ በእርሱ ተልእኮ ተሰጥቷቸዋል፡፡

ፍቺ፣ በአዲስ ኪዳን ቀላል አይደለም፡፡ ወንዶች በማንኛውም ምክንያት ሚስቶቻቸውን መፍታት አይችሉም፡፡ ስለ ሴቶች የሚታሰቡ የተሳሳቱ የፍትወት ሃሳቦች የተከለከሉ እና ከዝሙት ጋር እኩል የሚታዩ ነበር፡፡ በምሳሌው፣ ኢየሱስ የሴቶችን ቦታና ሚና በተመለከተ የባህል ድንበሮችን ሁሉ ተሻግሯል፡፡

ልብ ልንል የሚገባው ነገር ግን ክርስቶስ የሴቶችን ደረጃ ከፍ አድርጎ በወንጌል አዋጅ ውስጥ ቢጠቀምባቸው፣ አሁንም የቤተክርስቲያንን አመራር በወንዶች እጅ አስቀምጧል፡፡ ሴቶችን ለሐዋርያነት ወይም ለደቀ መዝሙርነት አልመረጠም፡፡ በዚህ ረገድ፣

ኢየሱስ በብሉይ ኪዳን ያስተማረውን የወንድ ራስነት መርሆ አክብሯል። ይህ የሆነው ለምን እንደሆነ ብንገምትም፣ እርሱ የእኛ ምሳሌ በመሆኑ የእግዚአብሔርን የቀደመች ቤተክርስቲያን ዓላማ ይገልጥልናል።

ለምልከታ፡

ኢየሱስ ለሴቶች ከፍ ያለ ክብር የሰጠበት የተራራው ስብከት ምን ያስተምረናል?

ኢየሱስ በዘመኑ በነበሩት ሰዎች ሴቶች ሲንገላቱ ወይም ሲከሰሱ ብዙ ጊዜ ይከላከልላቸው ነበር። ይህ ስለ ፍትህ እና እውነት እንዲሁም በፆታ ላይ ስላለው ጠቀሜታ ምን ያስተምረናል?

ኢየሱስ በዘመኑ የነበሩ ሴቶችን በግልፅ ያስተምራቸው እና ከእነርሱም ጋር ይወያይ ነበር። በትምህርቱም በዘመኑ ከነበሩ ሴቶች ሊዛመዱ የሚችሉ ምሳሌዎችን ተጠቅሟል። የእውቀት ችሎታቸውን መመልከቱ ይህ ምን ያሳየናል?

ኢየሱስ መግደላዊት ማርያምን ስለ ትንሣኤው እና ዕርገቱ ለደቀመዛሙርቱ እንድትነግራቸው አዟል? ይህ

መልዕክት ጠቃሚ የሆነው ለምንድ ነው? ወንጌልን በማካፈል ረገድ ስለ ወንድና ሴት እኩልነት ምን ያስተምረናል?

ኢየሱስ ለሴቶች ከፍ ያለ ግምት ቢኖረውም ከአሥራ ሁለቱ ደቀ መዛሙርት መካከል ሴቶችን አለመምረጡ አስፈላጊ ነውን?

ለጸሎት:

በፆታ ላይ ተመስርታችሁ አድልዎ ስታሳዩ ራሳችሁን አግኝታችሁ ታውቃላችሁን? ጌታ ይቅር እንዲላችሁ እና ሁሉንም ሰው እግዚአብሔር በሰጣቸው የሰውነት ደረጃ ማየት ትችሉ ዘንድ እንዲረዳችሁ ጠይቁ።

ኢየሱስ በማኅበረሰባቸው ውስጥ እንደ ተገለሉ ይታዩ ከነበሩ ሴቶች ጋር ያደረገውን ውይይት ተመልከቱ። ወንድ ወይም ሴት፤ቅዱስ ወይም ኃጢአተኛ ብሎ ሳይመለከት በእኛነታችን ስለተቀበለን ጌታን አመስግኑት።

ለቤተክርስቲያን ያለውን ዓላማ እና አመራር እንቀበል ዘንድ እንዲረዳን ጌታን ጠይቁ። በግል ለእናንተ ያለውን ዓላማ እንዲገልጽላችሁ ጠይቁ።

ምዕራፍ 4 -

የጥንቷ ቤተክርስቲያን

በሐዋርያት ዘመን በነበረችው የጥንቷ ቤተክርስቲያን ሴቶች ትልቅ ሚና ተጫውተዋል። ወንዶችም ሴቶችም በጌታ በኢየሱስ አምነው ወደ ቤተክርስቲያን ይጨመሩ ነበር።

14 ሕዝቡ ግን ያከብሩአቸው ነበር፤ የሚያምኑትም ከፊት ይልቅ ለጌታ ይጨመሩለት ነበር፤ ወንዶችና ሴቶችም ብዙ ነበሩ።(የሐዋርያት ሥራ 5)

“ለጌታ ተጨመሩለት” የሚለውን ሐረግ ልብ ማለት ያስፈልጋል። ወንዶችም ሴቶችም የቤተክርስቲያኑ አካል የሆኑ አማኞች በዝርዝር ውስጥ ይጨመሩ ነበር። በጾታ መካከል ምንም ልዩነት አልነበረም። ይህ ከባህላችን እና ጊዜያችን አንጻር ትልቅ ቦታ ላይሰጠው ይችላል፤ነገር ግን ይህን ጥቅስ ከሌሎች የመጽሐፍ ቅዱስ ምንባቦች ጋር አድረገን እንመልከት። ለምሳሌ ማቴዎስ 14:21ን እና ማቴዎስ 15:38ን ተመልከቱ።

21 ከሴቶችና ከልጆችም በቀር የበሉት አምስት ሺህ ወንዶች ያህሉ ነበር። (ማቴዎስ 14)
38 የበሉትም ከሴቶችና ከልጆች በቀር አራት ሺህ ወንዶች ነበሩ። (ማቴዎስ 15)

በእነዚህ ጥቅሶች ውስጥ ወንዶች ብቻ እንደተቆጠሩ አስተውሉ። በዚያን ጊዜ ሴቶች እና ህጻናት አልተቆጠሩም ነበር። በታላቅ ረሃብ ምክንያት ወደ ግብፅ ለደኅንነት የተጓዙትን የያዕቆብን ልጆች ታሪክ ተመልከቱ። በዘፍጥረት 46፡26-27፤ ወደ ግብፅ የደረሱት ሰዎች ቁጥር ተመዝግቦልናል፡

26 ከያዕቆብ ጋር ወደ ግብፅ የገቡት ሰዎች ሁሉ ከጕልበቱ የወጡት፥ ከልጆቹ ሚስቶች ሌላ፥ ሁላቸው ስድሳ ስድስት ናቸው።
27 በግብፅ ምድር የተወለዱለት የዮሴፍም ልጆች ሁለት ናቸው፤ ወደ ግብፅ የገቡት የያዕቆብ ቤተ ሰዎች ሁሉ ሰባ ናቸው። (ዘፍጥረት 46)

ይህንን ክፍል በቅርበት ስንመረምረው ግብፅ ከደረሱት ሰዎች ዝርዝር ውስጥ ሰባ ሰዎችን ማግኘት የምትችሉት ሴቶቹን እና ሕፃናትን ከዝርዝር ውስጥ በማውጣት ብቻ እንደሆነ ያሳየናል። እንዲያውም በቁጥር 15 እና ቁጥር 17 (ዲና እና ሴራ) የተገለጹት ሁለት እህትማማቾች አልተቆጠሩም። ቁጥር 26 ወደ

ግብፅ የተጓዙት ሰዎች ቁጥር የያዕቆብ ልጆች ሚስቶች እንዳልነበሩ ይነግረናል።

በአዲስ ኪዳን ቤተክርስቲያን ውስጥ ሴቶች ከወንዶች ጋር ተቆጥረዋል። እኩል አጋር እና የክርስቶስ አካል አባል ነበሩ።

ከሐዋርያት ሥራ 2፡17-18 የምንረዳው ይህ የድነት አጋርነት መንፈስ ቅዱስን እስከ ማውረድ የደረሰ ነው። ጴጥሮስ እንዳለው መንፈስ ቅዱስ በወንዶችም በሴቶችም ላይ ይፈስሳል።

17 እግዚአብሔር ይላል፦ በመጨረሻው ቀን እንዲህ ይሆናል፤ ሥጋ በለበሰ ሁሉ ላይ ከመንፈሴ አፈሳለሁ፤ ወንዶችና ሴቶች ልጆቻችሁም ትንቢት ይናገራሉ፥ ጎበዞቻችሁም ራእይ ያያሉ፥ ሽማግሌዎቻችሁም ሕልም ያልማሉ፤
18 ደግሞም በዚያች ወራት በወንዶችና በሴቶች ባሪያዎቼ ላይ ከመንፈሴ አፈሳለሁ ትንቢትም ይናገራሉ። (ሐዋርያት ሥራ 2)
ሌላው የዚህ የእኩልነት ምልክት ወንዶችም ሆኑ ሴቶች አሁን የጥምቀት ቃል ኪዳን ምልክት በተፈቀደላቸው እውነታ ውስጥ ታይቷል።

12 ነገር ግን ስለ እግዚአብሔር መንግሥትና ስለ ኢየሱስ ክርስቶስ ስም እየሰበከላቸው ፊልጶስን ባመኑት

ጊዜ፥ ወንዶችም ሴቶችም ተጠመቁ። (ሐዋርያት ሥራ 8)

በሐዋርያት ሥራ 8፡12 ወንዶችም ሴቶችም እንደ ተጠመቁ አስተውሉ። እንደምታስታውሱት፣ በብሉይ ኪዳን፣ የቃል ኪዳኑ ምልክት ሆነው የተገረዙት ወጣቶች ብቻ ነበሩ። ሴቶች ከአብርሃም፣ ከይስሐቅ እና ከያዕቆብ አምላክ ጋር የመታወቂያ ምልክት አልነበራቸውም። ይህ በአዲሱ ቃል ኪዳን መሠረት መለወጥ ነበረበት። ወንዶችም ሴቶችም ተጠመቁ ይላል። አሁን ይህ በጥምቀት ምልክት ውስጥ እኩል አጋሮች ናቸው።

በአዲስ ኪዳን ቤተክርስቲያን ሴቶች ከወንዶች ጋር በጸሎት፣በአምልኮ እና በመጽሐፍ ቅዱስ ትምህርት ይቀላቀሉ ነበር።

13 በገቡም ጊዜ ወደሚኖሩበት ሰገነት ወጡ፥ ጴጥሮስና ዮሐንስም፥ ያዕቆብም፥ እንድርያስም፥ ፊልጶስም፥ ቶማስም፥ በርተሎሜዎስም፥ ማቴዎስም፥ የእልፍዮስ ልጅ ያዕቆብም፥ ቀናተኛ የሚባለው ስምዖንም፥ የያዕቆብ ልጅ ይሁዳም።
14 እነዚህ ሁሉ ከሴቶችና ከኢየሱስ እናት ከማርያም ከወንድሞቹም ጋር በአንድ ልብ ሆነው ለጸሎት ይተጉ ነበር። (የሐዋርያት ሥራ 1)

ሐዋርያትም ከሴቶች ጋር በሰገነት ላይ ተሰብስበው ይጸልዩ ነበር። በቁጥር 14 ላይ ከሴቶች ጋር እንዴት ራሳቸውን ለጸሎት እንደሰጡ አስተውሉ። እዚህ ያለው አንድምታ ይህ የአንድ ጊዜ ክስተት ብቻ ሳይሆን መደበኛ ክስተት እንደነበር የሚያሳይ ነው።

እንዲሁም በሳኦል ዘመን በጥንቷ ቤተክርስቲያን ላይ ስደት በተነሳ ጊዜ ሴቶችም ሆኑ ወንዶች በኢየሱስ ክርስቶስ በማመናቸው ምክንያት ወደ ወህኒ ይጣሉ ነበር፡

3 ሳውል ግን ቤተ ክርስቲያንን ያፈርስ ነበር፤ ወደ ሁሉም ቤት እየገባ ወንዶችንም ሴቶችንም እየጐተተ ወደ ወኅኒ አሳልፎ ይሰጥ ነበር። (የሐዋርያት ሥራ 8)

1 ሳውል ግን የጌታን ደቀ መዛሙርት እንዲገድላቸው ገና እየዛተ ወደ ሊቀ ካህናት ሄደ፥
2 በዚህ መንገድ ያሉትንም ሰዎች ወንዶችንም ሴቶችንም ቢያገኝ፥ እያሰረ ወደ ኢየሩሳሌም ያመጣቸው ዘንድ በደማስቆ ላሉት ምኵራቦች ደብዳቤ ከእርሱ ለመነ።(የሐዋርያት ሥራ 9)

4 ወንዶችንም ሴቶችንም እያሰርሁ ወደ ወኅኒም አሳልፌ እየሰጠሁ ይህን መንገድ እስከ ሞት ድረስ አሳደድሁ። (የሐዋርያት ሥራ 22)

ጳውሎስ ለአቂላ እና ለሚስቱ ጵርጵቅላ ሕይወታቸውን ለእርሱ እና ለወንጌል ሲሉ አደጋ ላይ በመጣላቸው ምክንያት ጥልቅ የሆነ ምስጋናውን አቅርቦላቸዋል።

3 በክርስቶስ ኢየሱስ አብረውኝ ለሚሠሩ ለጵርስቅላና ለአቂላ ሰላምታ አቅርቡልኝ፤
4 እነርሱም ስለ ነፍሴ ነፍሳቸውን ለሞት አቀረቡ፥ የአሕዛብም አብያተ ክርስቲያናት ሁሉ የሚያመሰግኑአቸው ናቸው እንጂ እኔ ብቻ አይደለሁም፤ (ሮሜ 16)

ጳውሎስ አቂላም ሆኑ ጵርስቅላ "በክርስቶስ ኢየሱስ አብረው የሚሠሩ" መሆናቸውን እንዴት እንደተገነዘበ አስተውሉ። በጾታ ምክንያት ምንም ልዩነት አላደረገም። ሁለቱም በወንጌል ሥራ እኩል ዋጋ ያላቸው ነበሩ።

አዲስ ኪዳን ለወንጌል አገልግሎት ጠንክረው የሠሩ በርካታ ሴቶችን ያወድሳል። ጳውሎስ ለጌታ ትጉ ለሆኑት ለፕሮፌሞናና ለጢሮፌሞሳ ሰላምታ አቅርቦ ነበር።

12 በጌታ ሆነው ለሚደክሙ ለፕሮፌሞናና ለጢሮፌሞሳ ሰላምታ አቅርቡልኝ። በጌታ እጅግ ለደከመች ለተወደደች ለጠርሲዳ ሰላምታ አቅርቡልኝ።

በተጨማሪም ኤዎድያን እና ሲንጤኪን እንዲስማሙ አጥብቆ የመከራቸው ሲሆን እነዚህን በወንጌል አብረውት "ጎን ለጎን" የደከሙትን ሴቶች ለመርዳት ቤተክርስቲያንን ያበረታታል።

2 በአንድ አሳብ በጌታ እንዲስማሙ ኤዎድያንን እመክራለሁ ሲንጤኪንንም እመክራለሁ።
3 አንተም ደግሞ በሥራዬ አብረህ የተጠመድህ እውነተኛ ሆይ፥ እንድታግዛቸው እለምንሃለሁ፤ ስሞቻቸው በሕይወት መጽሐፍ ከተጻፉት ከቀሌምንጦስና ደግሞ ከእኔ ጋር አብረው ከሠሩት ከሌሎቹ ጋር በወንጌል ከእኔ ጋር አብረው ተጋድለዋልና። (ፊልጵስዩስ 4)

የጥንቷ ቤተክርስቲያን ሴቶች በተለያዩ የቤተክርስቲያን አገልግሎት ውስጥ ይሳተፉ ነበር። ሐዋርያው ጳውሎስ ለቲቶ ሲጽፍ የጉባኤው አሮጊት ሴቶች ወጣት ሴቶችን በማስተማርና በመምከር ንቁ ተሳትፎ እንዲያደርጉ በማበረታታት ይረዳቸዋል።

3 እንዲሁም አሮጊቶች ሴቶች አካሄዳቸው ለቅዱስ አገልግሎት የሚገባ፥ የማያሙ፥ ለብዙ ወይን ጠጅ የማይገዙ፥ በጎ የሆነውን ነገር የሚያስተምሩ ይሁኑ፤4-5 ቆነጃጅትም የእግዚአብሔር ቃል እንዳይሰደብ፥ ባሎቻቸውን የሚወዱ፥ ልጆቻቸውን የሚወዱ፥ ራሳቸውን የሚገዙ፥ ንጹሖች፥ በቤት የሚሠሩ፥ በጎዎች፥

ለባሎቻቸው የሚታዘዙ እንዲሆኑ ይምከሩአቸው፡፡ (ቲቶ 2)

የእነዚህ አረጋውያን ሴቶች ልምድ ለቤተክርስቲያን ትልቅ ሀብት ነበር፡፡ ከታናናሾቹ ሴቶች ጋር ትከሻቸውን በማሻሸት ማስተዋልን አካፍለዋል፤ እግዚአብሔር የጠራቸው እንዲሆኑ ረድቷቸዋል፡፡ የእነዚህ የላቀ ልምድ ያላቸው ሴቶች ድጋፍ እና ምክር ለእነዚህ ወጣት እናቶች እና ሚስቶች ታላቅ በረከት ነበር፡፡

ጳውሎስ ጢሞቴዎስን በቤተክርስቲያኑ ውስጥ ያሉትን የመበለቶችን እንክብካቤ ችላ እንዳይል አበረታቶታል፡፡ ሆኖም በቤተክርስቲያን እርዳታ ለማግኘት የትኞቹ መበለቶች በዝርዝሩ ውስጥ መጨመር እንዳለባቸው አንዳንድ ጥያቄዎች ነበሩ፡፡

ጳውሎስ እንደ ኤፌሶን ቤተክርስቲያን መጋቢ ሆኖ ለጢሞቴዎስ ሲጽፍ፤ በቤተክርስቲያን ድጋፍ ለሚያገኙ መበለቶች የመመዘኛዎችን ዝርዝር ሰጥቷል፡፡

9 ባልቴት በመዝገብ ብትጻፍ ዕድሜዋ ከስድሳ ዓመት እንዳያንስ፤ የአንድም ባል ሚስት የነበረች እንድትሆን ያስፈልጋል፤
10 ልጆችን በማሳደግ እንግዶችንም በመቀበል፥ የቅዱሳንንም እግሮች በማጠብ፥ የተጨነቁትንም በመርዳት በጎንም ሥራ ሁሉ በመከተል፥ ይህን

መልካም ሥራ በማድረግ የተመሰከረላት ልትሆን ይገባል። (1ኛ ጢሞቴዎስ 5)

ቤተክርስቲያን የምትደግፋቸው መበለቶች በመልካም ሥራ፣ በእንግዳ ተቀባይነትና በአገልጋይነት አመለካከት ስም እንዲኖራቸው ያስፈልጋል። ቤተሰባቸውን በጥሩ ሁኔታ ማስተዳደር እና ለተጎዱት አሳቢነት ማሳየት ነበረባቸው። እነዚህ ባሕርያት አስፈላጊ ነበሩ፤ምክንያቱም እነዚህ መበለቶች በቤተክርስቲያን እየተደገፉ በእነዚህ መንገዶች ጌታን ማገልገላቸውን ሊቀጥሉ ይችላሉ። ይህ የሚያሳየን በጥንቷ ቤተክርስቲያን የነበሩ ሴቶች በእንግዳ ተቀባይነት፣በበጎ አድራጎት እና በርኅራኄ አገልግሎት ውስጥ የሚሳተፉ ነበሩና።

በ2ኛ ጢሞቴዎስ 1፡5 ጳውሎስ የጢሞቴዎስ አያት እና እናት እምነታቸውን ለወጣቱ ጢሞቴዎስ በማስተላለፋቸው ምክንያት አመስግኗቸዋል።

5 በአንተ ያለውን ግብዝነት የሌለበትን እምነትህን አስባለሁ፤ ይህም እምነት ቀድሞ በአያትህ በሎይድ በእናትህም በኤውንቄ ነበረባቸው፥ በአንተም ደግሞ እንዳለ ተረድቼአለሁ። (2ኛ ጢሞቴዎስ 1)

ጳውሎስ፣ ጢሞቴዎስ የነበረው ትልቁ ነገር ከእናቱና ከአያቱ በቤታቸው ውስጥ ካገኘው መንፈሳዊ ትምህርትና አስተዳደግ ጋር የተያያዘ እንደሆነ ተገንዝቦ

ነበር። እነዚህ ሴቶች የሐዋርያው ጳውሎስ አጋር እና መጋቢ በመሆን ጌታን የሚያገለግል ልጅ በማሳደግ ረገድ ትልቅ ሚና ነበራቸው።

በሐዋርያት ሥራ 18 ላይ አጵሎስ የሚባል ሰው ታሪክ እናነባለን።

24 በወገኑም የእስክንድርያ ሰው የሆነ ነገር አዋቂ የነበረ አጵሎስ የሚሉት አንድ አይሁዳዊ ሰው ወደ ኤፌሶን ወረደ፤ እርሱም በመጻሕፍት እውቀት የበረታ ነበረ።

25 እርሱ የጌታን መንገድ የተማረ ነበረ፥ የዮሐንስንም ጥምቀት ብቻ አውቆ በመንፈስ ሲቃጠል ስለ ኢየሱስ ይናገርና በትክክል ያስተምር ነበር።

26 እርሱም በምኵራብ ገልጦ ይናገር ጀመር። ጵርስቅላና አቂላም በሰሙት ጊዜ፥ ወስደው የእግዚአብሔርን መንገድ ከፊት ይልቅ በትክክል ገለጡለት።

27 እርሱም ወደ አካይያ ማለፍ በፈቀደ ጊዜ፥ ወንድሞቹ አጸናኑት፥ ይቀበሉትም ዘንድ ወደ ደቀ መዛሙርት ጻፉለት፤ በደረሰም ጊዜ አምነው የነበሩትን በጸጋ እጅግ ይጠቅማቸው ነበር፤

28 ኢየሱስ እርሱ ክርስቶስ እንደ ሆነ ከመጻሕፍት እየገለጠ ለአይሁድ በሁሉ ፊት በጽኑ ያስረዳቸው ነበርና። (የሐዋርያት ሥራ 18)

አጵሎስ በጣም ጥሩ የሚናገር አንደበተ ርቱዕ ሰው ነበር። ይሁን እንጂ አቂላና ሚስቱ ጵርስቅላ በሰሙት ጊዜ ወስደው የእግዚአብሔርን መንገድ ከፊት ይልቅ “በትክክል” እንደገለጡለት አስተውሉ። ጥቅሱ የሚያመለክተው አቂላም ሆኑ ጵርስቅላ በአጵሎስ ደቀመዝሙርነት ውስጥ ሚና እንዳላቸው ነው። በውጤቱም አጵሎስ ለሚያምኑት ታላቅ ረዳት ሆነላቸው (ቁጥር 27) ። ጵርስቅላ ከባለቤቷ ጋር በመሆን አጵሎስን የላቀና ውጤታማ አገልግሎት እንዲያገኝ በማስታጠቅ ሠርታለች።

የሐዋርያት ሥራ 9 ጣቢታ ወይም ዶርቃ ስለምትባል ሴት ታሪክ ይናገራል፡

36 በኢዮጴም ጣቢታ የሚሉአት አንዲት ደቀ መዝሙር ነበረች፥ ትርጓሜውም ዶርቃ ማለት ነው፤ እርስዋም መልካም ነገር የምላባት ምጽዋትም የምታደርግ ነበረች።

37 በዚያም ወራት ታመመችና ሞተች፤ አጥበውም በሰገነት አኖሩአት።

38 ልዳም ለኢዮጴ ቅርብ ናትና ደቀ መዛሙርት ጴጥሮስ በዚያ እንዳለ ሰምተው፥ ወደ እነርሱ ከመምጣት እንዳይዘገይ እየለመኑ ሁለት ሰዎች ወደ እርሱ ላኩ።

39 ጴጥሮስም ተነሥቶ ከእነርሱ ጋር መጣ፤ በደረሰም ጊዜ በሰገነት አወጡት መበለቶችም ሁሉ እያለቀሱ ዶርቃ ከእነርሱ ጋር ሳለች ያደረገቻቸውን ቀሚሶችንና ልብሶችን ሁሉ እያሳዩት በፊቱ ቆሙ። (የሐዋርያት ሥራ 9)

ጣቢታ በቁጥር 36 ላይ ደቀመዝሙር ተብላ ተጠርታለች። በሌላ አነጋገር የጌታ ኢየሱስ ተከታይ ነበረች። ጌታ ኢየሱስን እንዴት እንዳገለገለች አስተውሉ– “እርስዋም መልካም ነገር የምላባት ምጽዋትም የምታደርግ ነበረች።” (ቁጥር 36) ። ከቁጥር 39 እንደምንረዳው ልብስ የምትሰፋ ሴት በመሆኗ ብዙ ልብሶችን ሠርታ በአካባቢዋ ላሉ መበለቶች ታከፋፍል ነበር። ስትሞት፣ የእርሷ በሕይወት መኖር በጣም ተናፍቆ ነበር። መበለቶቹም አለቀሱ፤ዶርቃም በችግር ጊዜ የሰራችላቸውን ቀሚስና ልብስ ለደቀመዛሙርቱ አሳዩአቸው።

ሴቶች በተለያዩ የቤተክርስቲያን አገልግሎት ሥራ የተጠመዱ ሲሆኑ፣የጥንቷ ቤተክርስቲያን የዲያቆንነት ሚና እንደነበራት የሚያሳይ በአዲስ ኪዳን ምንም ግልጽ ማስረጃ የለም። በአዲስ ኪዳን ሁለት ማጣቀሻዎች ብቻ ይገኛሉ፤እነዚህም በቤተክርስቲያን ውስጥ እንዲህ ያለውን ቢሮ ሊያመለክቱ ይችላሉ። ከእነዚህ ማጣቀሻዎች የመጀመሪያው በ1ኛ ጢሞቴዎስ 3 ላይ

ያለው ነው። ሐዋርያው ጳውሎስ ስለ ዲያቆናት መመዘኛ ሲናገር ለጢሞቴዎስ እንዲህ ይላል፡

8 እንዲሁም ዲያቆናት ጭምቶች፥ በሁለት ቃል የማይናገሩ፥ ለብዙ ወይን ጠጅ የማይጎመጁ፥

9 ነውረኛ ረብ የማይወዱ፥ በንጹሕ ሕሊና የሃይማኖትን ምሥጢር የሚይዙ ሊሆኑ ይገባቸዋል።

10 እነዚህም ደግሞ አስቀድሞ ይፈተኑ፥ ከዚያም በኋላ ያለ ነቀፋ ቢሆኑ በዲቁና ሥራ ያገልግሉ።

11 እንዲሁም ሴቶች ጭምቶች፥ የማያሙ፥ ልከኞች፥ በነገር ሁሉ የታመኑ ሊሆኑ ይገባቸዋል። (1ኛ ጢሞቴዎስ 3)

ጳውሎስ በዚህ ቁጥር ለጢሞቴዎስ እየነገረው ያለው በቤተክርስቲያን ውስጥ የዲያቆንነትን ሚና ስለሚጫወቱት ሰዎች መመዘኛ ነው። በቁጥር አስራ አንድ ላይ ሐዋርያው የዲያቆናት ሚስቶች አንዳንድ ባህሪያትን ማሳየት እንዳለባቸው ለጢሞቴዎስ ያሳስበዋል። ሐሳቡ የዲያቆኑ ሚስት ሃሜተኛ ከሆነች ወይም ለእሱ ታማኝ ካልሆነች ይህ በማህበረሰቡ ውስጥ በሚሰጠው ምስክርነት ላይ ከፍተኛ ተጽዕኖ የሚያሳድር እና እንደ እግዚአብሔር አገልጋይ አገልግሎቱን የሚጎዳ ነው።

ቁጥር 11 ቤተክርስቲያን ሴቶችን ዲያቆናት አድርጋ እውቅና መስጠቷን ይናገራል በማለት የሚተረጉሙ

አሉ። ይህንንም መሠረት ያደረጉት እነዚህ ሴቶች ስለ ዲያቆናት እና ስለ መመዘኛዎቻቸው በጳውሎስ ንግግር አውድ ውስጥ መጠቀሳቸው ነው። በዚህ ላይ ያለው ችግር ግን፣ምንባቡ በእንግሊዘኛ ትርጉሞችም ሆነ በግሪክ፣ ጳውሎስ እየተናገረ ያለው ስለ ዲያቆናት ሚስቶች እንጂ በቤተክርስቲያን ውስጥ ስላለ ኦፊሴላዊ ሚና እንዳልሆነ ግልጽ ያደርገዋል። "ዲያቆን" የሚለው ቃል በዚህ ጥቅስ ውስጥ ሴቶችን ለማመልከት ጥቅም ላይ የዋለ አይደለም። እዚህ ጥቅም ላይ የዋለው የግሪክ ቃል "ጉናይኮስ" የሚለው ነው፣ እሱም በጥሬው የተተረጎመው ሴት ወይም ሚስት በሚለው ቃል ነው።

በቁጥር 11 ላይ ስለ ሴት ዲያቆናት ሲጠቀስ የሚታየው ሁለተኛው ችግር፤በሚቀጥለው ቁጥር ላይ ጳውሎስ ምን ማለቱ እንደሆነ ይገለጻል፡

12 ዲያቆናት ልጆቻቸውንና የራሳቸውን ቤቶች በመልካም እየገዙ እያንዳንዳቸው የአንዲት ሴት ባሎች ይሁኑ። (1ኛ ጢሞቴዎስ 3)

ጳውሎስ ዲያቆን የአንዲት ሚስት ባል መሆን እንዳለበት በሚናገርበት በዚህ የመጽሐፍ ቅዱስ ክፍል ውስጥ ስለ ወንድ ዲያቆናት እየተናገረ እንደሆነ ግልጽ ያደርገዋል። ሁለተኛው እና በይበልጥ በዚህ ዐውደ-ጽሑፍ ጳውሎስ ለጢሞቴዎስ ሲናገር ሚስት የተመሰገነ ባሕርይ እንዲትኖራት ያስፈለገው ምክንያት መልካም ባሕርይ ከሌላት ባሏን ከድቁና ሥራ ሊያሳጣው የሚችል

የጥንቷ ቤተክርስቲያን 85

በመሆኑ ነው። ባልየው ቤቱን በሚገባ ማስተዳደር ይገባው ነበርና። ልጆቹ ወይም ሚስቱ የማይታዘዙ፣ታማኝ ያልሆኑ ወይም ፈሪሃ እግዚአብሔር የሌላቸው ከሆኑ ይህ ሰው ዲያቆንነቱን አቁሞ በራሱ ቤተሰብ ላይ ማተኮር ይኖርበታል።

በአዲስ ኪዳኗ ቤተክርስቲያን የዲያቆንነትን ሚና ድጋፍ የሚሰጠው ሌላው ምንባብ በሮሜ 16፡1 ላይ የሚገኘው ክፍል ነው፡

1 በክንክራኦስ ባለች ቤተ ክርስቲያን አገልጋይ የምትሆን እኅታችንን ፌቤንን አደራ ብያችኋለሁ፤
2 ለቅዱሳን እንደሚገባ በጌታ ተቀበሉአት፥ እርስዋ ለብዙዎች ለእኔም ለራሴ ደጋፊ ነበረችና፥ ከእናንተም በምትፈልገው በማናቸውም ነገር እርዱአት። (ሮሜ 16)

ሐዋርያው ለሮሜ ሰዎች ሲጽፍ ፌቤን የምትባልን እህት አመስግኗታል። በክንክራኦስ ያለች የቤተክርስቲያን አገልጋይ እንደሆነች ገልጿታል (ቁጥር 1) ። እዚህ ላይ ሐዋርያ ለአገልጋይ የተጠቀመበት ቃል *"ዲያኮኖስ"* የሚለውን የግሪክ ቃል ሲሆን ያም ዲያቆን ማለት ነው። "ዲያኮኖስ" የሚለው ቃል በእንግሊዘኛ አገልጋይ ወይም ዲያቆን በሚለው ቃል ተተርጉሟል። ይህን ጥቅስ ፌቤን ዲያቆን ነበረች በማለት የሚተረጉሙ አሉ። ዳሩ ግን ይህንን ስንገምት በጣም

መጠንቀቅ አለብን። ለምሳሌ በአዲስ ኪዳን ውስጥ *"ዲያኮኖስ"* ስሚለው የግሪክ ቃል ሌሎች አጠቃቀሞችን እንመልከት።

በማቴዎስ 23 የሚገኘውን የኢየሱስን ትምህርቶች አድምጡ፡

9 አባታችሁ አንዱ እርሱም የሰማዩ ነውና በምድር ላይ ማንንም፦ አባት ብላችሁ አትጥሩ።

10 ሊቃችሁ አንድ እርሱም ክርስቶስ ነውና፦ ሊቃውንት ተብላችሁ አትጠሩ።

11 ከእናንተም የሚበልጠው አገልጋያችሁ ይሆናል።

12 ራሱን ከፍ የሚያደርግ ሁሉ ይዋረዳል፥ ራሱንም የሚያዋርድ ሁሉ ከፍ ይላል። (ማቴዎስ 23)

ኢየሱስ በማህበረሰባቸው ውስጥ መታወቅ ስለሚፈልጉ ሰዎች ሲናገር፣ታላቅ መሆን የሚፈልገው አገልጋይ (ዲያኮኖስ) መሆን እንዳለበት ለደቀ መዛሙርቱ ነገራቸው። በሌላ አነጋገር፣ኢየሱስ እየነገረን ያለው እኛ የክርስቶስ አካል አገልጋዮች በመሆናችን ሁላችንም ዲያቆናት መሆን አለብን። ኢየሱስ እዚህ ላይ እየተናገረ ያለው በቤተክርስቲያን ውስጥ ስላለው ኦፊሴላዊ ቦታ ሳይሆን የአገልጋይነት ሚና ነው።

በዮሐ 2፡5 ጌታ ኢየሱስ በቃና ሰርግ ላይ ነበር። የወይን ጠጅ ባለቀባቸው ጊዜ እናቱ በቦታው የነበሩትን

አገልጋዮች ኢየሱስ እንዲያደርጉ የጠየቃቸውን ሁሉ እንዲያደርጉ ነገረቻቸው። እዚህ በወይን ጠጅ መስተንግዶ ሲያገለግሉ የነበሩ አገልጋዮችን ለመጥቀስ ጥቅም ላይ የዋለው የግሪኩ "ዲያኮኖስ" የሚለው ቃል ነው። በዚህ ዓለማዊ ክስተት ውስጥ የሌሎችን ፍላጎት የሚያገለግሉ ሰዎች ነበሩ፣ነገር ግን በቤተክርስቲያን ውስጥ ኦፊሴላዊ ኃላፊነት ውስጥ ዲያቆናት አልነበሩም።

ሮሜ 13 እንዲህ ይላል፣

1 ነፍስ ሁሉ በበላይ ላሉት ባለ ሥልጣኖች ይገዛ። ከእግዚአብሔር ካልተገኘ በቀር ሥልጣን የለምና፣ ያሉትም ባለ ሥልጣኖች በእግዚአብሔር የተሾሙ ናቸው።

2 ስለዚህ ባለ ሥልጣንን የሚቃወም የእግዚአብሔርን ሥርዓት ይቃወማል፤ የሚቃወሙትም በራሳቸው ላይ ፍርድን ይቀበላሉ።

3 ገዥዎች ለክፉ አድራጊዎች እንጂ መልካም ለሚያደርጉ የሚያስፈሩ አይደሉምና። ባለ ሥልጣንን እንዳትፈራ ትወዳለህን? መልካሙን አድርግ ከእርሱም ምስጋና ይሆንልሃል፤

4 ለመልካም ነገር ለአንተ የእግዚአብሔር አገልጋይ ነውና። በክንቱ ግን ሰይፍ አይታጠቅምና ክፉ ብታደርግ ፍራ፤ ቍጣውን ለማሳየት ክፉ አድራጊውን የሚበቀል የእግዚአብሔር አገልጋይ ነውና። (ሮሜ 13)

በዚህ ምንባብ ውስጥ ሐዋርያው ጳውሎስ አማኞች በዓለማዊ መንግሥታቸው ውስጥ ላሉ የበላይ ባለሥልጣናት እንዲገዙ ይጠይቃቸዋል። በተለይ በቁጥር 4 ላይ ጳውሎስ በእነርሱ ላይ የመንግሥት ሥልጣን ያለው የእግዚአብሔር አገልጋይ (ዲያኮን) መሆኑን ለሮሜ ሰዎች እንደነገራቸው አስተውሉ። አሁንም “ዲያኮኖስ” የሚለው የግሪክ ቃል የሚያመለክተው የሕዝብን አገልጋይ እንጂ በቤተክርስቲያን ውስጥ ያለውን ኦፊሴላዊ ሚና አይደለም።

በአዲስ ኪዳን ውስጥ “ዲያኮኖስ” የሚለው ቃል የቤተክርስቲያንን የድቁና ሚና ሳይሆን አገልጋይ የሚለውን ብቻ ለማመልከት የተጠቀመባቸው በርካታ ጊዜዎች አሉ። (2ኛ ቆሮንቶስ 3፡6፤ 2ኛ ቆሮንቶስ 11፡23 እንዲሁም ገላቲያ 2፡17ን ተመልከቱ) በሮሜ 16፡1 ላይ “ዲያኮኖስ” የሚለውን ቃል ከፌቤን ጋር በተያያዘ ጥቅም ላይ መዋሉ የጥንቷ ቤተክርስቲያን በይፋ ዲያቆናት መሆኗን ስለመቀበሏ የተሰጠ ጠንካራ ማረጋገጫ አይደለም።

በጥንቷ ቤተክርስቲያን አውድ ውስጥ ሴቶች ሲያገለግሉ፣በአዲስ ኪዳን በዚህ ጊዜ የዲያቆንነት ቦታ የታወቀ ስለመሆኑ ምንም ግልጽ ምልክት የለም። የትኛውም በዲያቆን ሚና ላይ የሚነሳው ክርክር ሴቶች በቤተክርስቲያን ሕይወት ውስጥ በሚጫወቱት ሚና

ላይ የተመሠረተ መሆን አለበት። በአዲስ ኪዳን ቤተክርስቲያን ውስጥ እውቅና የተሰጠው የዲቁና ቦታ ግልጽ የሆነ ምሳሌ ባይኖርም፣ በርኅራኄ፣በጎ አድራጎት፣በእንግዳ ተቀባይነትና በወጣት ሴቶችና ሕጻናት አስተምህሮ ሥራቸውን በተግባር የተወጡ የበርካታ ሴቶች ምሳሌዎች አሉ።

የዲቁና አቋም ግልጽ ባይሆንም፣ የአዲስ ኪዳን ቤተክርስቲያን የነቢይትነትን ሚና አውቃለች። በሐዋርያት ሥራ 21 ላይ ጳውሎስ የወንጌላዊውን የፊልጶስን ቤት ሊጎበኝ በሄደበት ወቅት የተሰጠ ግልጽ ምሳሌ አለን፡

8 በነገውም ወጥተን ወደ ቂሣርያ መጣን፥ ከሰባቱም አንድ በሚሆን በወንጌላዊው ፊልጶስ ቤት ገብተን በእርሱ ዘንድ ተቀመጥን።

9 ለእርሱም ትንቢት የሚናገሩ አራት ደናግል ሴቶች ልጆች ነበሩት። (የሐዋርያት ሥራ 21)

እዚህ ላይ የፊልጶስ አራት ያላገቡ ሴት ልጆች ትንቢት ይናገሩ እንደነበር ተጠቅሷል። እዚህ ላይ መረዳት ያለብን የትንቢት ስጦታ በመጽሐፍ ቅዱስ ውስጥ በተለያየ መንገድ ጥቅም ላይ ውሏል። ለምሳሌ ነቢይት የነበረች እና የነቢይትነት ስጦታዋን በዜማ የተጠቀመችው የሙሴ እህት የማርያምን ጉዳይ አለን፡

20 የአሮን እኅት ነቢይቱ ማሪያምም ከበሮ በእጅዋ ወሰደች ሴቶችም ሁሉ በከበሮና በዘፈን በኋላዋ ወጡ።

21 ማርያምም እየዘመረች መለሰችላቸው። በክብር ከፍ ከፍ ብሎአልና ለእግዚአብሔር ዘምሩ፤ ፈረሱንና ፈረሰኛውን በባሕር ጣለ። (ዘጸአት 15)

በሐዋርያት ሥራ 21፡9 የፊልጶስ ሴት ልጆች ነብያት እንደነበሩ ታውቋል። ጌታ በዚህ አገልግሎት እንዴት እንደተጠቀመባቸው አናውቅም፤ይሁን እንጂ ባህሪውን እና ዓላማውን ለቤተክርስትያን ለማስተላለፍ የእሱ መሳሪያዎች እንደነበሩ ግልጽ ነው። ይህ ለሴቶች የታወቀ ሚና ነበር።

1ኛ ቆሮንቶስ 11 ነቢይት በቤተክርስቲያን ሕይወት ውስጥ ሚና እንዳላት በግልጽ ይናገራል። በዚህ ክፍል ሐዋርያው ለቆሮንቶስ ቤተክርስቲያን በአምልኮ ውስጥ ይጸልዩ ስለነበሩ እና ትንቢት ስለሚናገሩ ሴቶች መመሪያ ሰጥቷል፡

3 ነገር ግን የወንድ ሁሉ ራስ ክርስቶስ፥ የሴትም ራስ ወንድ፥ የክርስቶስም ራስ እግዚአብሔር እንደ ሆነ ልታውቁ እወዳለሁ።

4 ራሱን ተከናንቦ የሚጸልይ ወይም ትንቢት የሚናገር ወንድ ሁሉ ራሱን ያዋርዳል።

5 ራስዋን ሳትሸፍን ግን የምትጸልይ ወይም ትንቢት የምትናገር ሴት ሁሉ ራስዋን ታዋርዳለች፤ እንደ ተላጨች ያህል አንድ ነውና። (1ኛ ቆሮንቶስ 11)

ስለ ጭንቅላት መሸፈኛ ውይይት ውስጥ መግባት በዚህ ምዕራፍ አውድ ውስጥ ዓላማዬ አይደለም። ልንገነዘበው የሚገባን ነገር ጳውሎስ እየተናገረ ያለው ስለ ሴቶች መጸለይና ትንቢት መናገር ነው። ይህንን ድርጊት አላወገዘም፤ነገር ግን ሴቶች በቤተክርስቲያን ውስጥ በጸሎትና በትንቢት መካፈላቸው በጣም የተለመደ መሆኑን ተገንዝቧል። የእርሱ ብቸኛ ሃሳብ የነበረው ሴቶች ጭንቅላታቸውን መሸፈናቸው የአክብሮት ምልክት መሆኑ ነው። ከቁጥር 8-10 ላይ ያለውን አስተውሉ፡ እርሷ ልታቀርበው የሚገባው ክብር ወንድ በኩር በመሆኑ እና እርሷ ረዳት እንድትሆን በመፈጠሯ ላይ የተመሰረተ ነው፡ (ዘፍ 2፡18)

8 ሴት ከወንድ ናት እንጂ ወንድ ከሴት አይደለምና።

9 ሴት ስለ ወንድ ተፈጠረች እንጂ ወንድ ስለ ሴት አልተፈጠረምና።

10 ስለዚህ ሴት ከመላእክት የተነሣ በራስዋ ሥልጣን ሊኖራት ይገባል። (1ኛ ቆሮንቶስ 11)

በራሷ ላይ ያለው ይህ መሸፈኛ “የሥልጣን ምልክት” ነው እና እግዚአብሔር በቤተክርስቲያን ውስጥ ሥልጣን

ለሰጣቸው ሰዎች ለመገዛት ፈቃደኛ መሆኗን አሳይታለች፡፡

ጳውሎስ እንደተናገረው በጥንቷ ቤተክርስቲያን የነበረው የትንቢት አገልግሎት የክርስቶስን አካል ለማነጽ፣ለማበርታት እና ለማጽናናት ነው (1ኛ ቆሮንቶስ 14፡3 ተመልከቱ) ፡፡ በዚህ የትንቢት ስጦታ ሴቶች የክርስቶስን አካል ማነጽ፣ ማጽናናት እና ማበረታታት ችለዋል፡፡

በአዲስ ኪዳን ሴቶች ለወንጌል አገልግሎት ብዙ ሰርተዋል፡፡ በአምልኮ፣ በጸሎት እና በእግዚአብሔር ቃል ትምህርት ከወንዶች ጋር ይተባበሩ ነበር፡፡ በእምነታቸው ምክንያት መከራን ተቀብለዋል እንዲሁም ከወንዶች ጋር በመሆን ስደት ደርሶባቸዋል፡፡ የርኅራኄ፣የበጎ አድራጎት፣ የእንግዳ ተቀባይነት አገልግሎት እንዲሁም ሌሎች ሴቶች በእግዚአብሔር ዓላማ ይመላለሱ ዘንድ በማስተማር ረገድ የሚያገለግሉበት ዘርፍ ነበር፡፡ የጥንቷ ቤተክርስቲያን ኦፊሴላዊ የሆነ የዲያቆናት አገልግሎት እንደነበራት ከቅዱሳት መጻሕፍት በግልጽ ማረጋገጥ ባንችልም፣መጽሐፍ ቅዱስ ግን ሴቶች በአካሉ ውስጥ የአገልግሎት ሚና እንዲጫወቱ ይመክራሉ፡፡ አካሉን በማነጽ፣በማበርታት ወይም በማጽናናት ረገድ ትንቢታዊ ቃል የተቀበሉት ቃሉን የመናገር ነፃነት ተሰጥቷቸዋል፡፡ ይህንን ተግባር ግን እግዚአብሔር በቤተክርስቲያን ውስጥ ያቋቋመውን አመራር በማክበር ይጠቀሙበት ነበር፡፡

ለምልከታ፡

በአዲስ ኪዳን ውስጥ ወንዶችና ሴቶች ወደ ደህንነት ሲመጡ እኩል መሆናቸውን የሚያሳይ ምን ማስረጃ አለን?

ግዝረት፣የብሉይ ኪዳን የቃል ኪዳን ምልክት ለወንዶች ብቻ እንደሆነ፣በአዲስ ኪዳን የጥምቀት ምልክት ለወንዶችም ለሴቶችም እንደነበር እናያለን። ይህ ስለ ወንድና ሴት እኩልነት በድነት እና በወንጌል ውስጥ ስላለው አጋርነት ምን ይነግረናል?

የአዲስ ኪዳን ቤተክርስቲያን ውስጥ ሴቶች የተሳተፉባቸውን አንዳንድ ስራዎች ዘርዝሩ።

በአዲስ ኪዳን ውስጥ ስለ ሴት ዲያቆናት ኦፊሴላዊ ቦታ ግልጽ የሆነ ማስረጃ ባይኖርም፣ሴቶች በተለያዩ የአገልግሎት ሥፍራዎች ውስጥ ይሳተፉሉ። ለጌታ በምናቀርበው አገልግሎት ማዕረግ እንዲኖረን አስፈላጊ ነውን?

ትንቢት ምንድን ነው? ይህን ስጦታ እንዴት መጠቀም ይቻላል? ዓላማው ምን ነበር?

ጳውሎስ የሚጸልዩና ትንቢት የሚናገሩ ሴቶች ራሳቸውን ይሸፈኑ ዘንድ ያበረታታቸው ለምንድን ነው? ሐዋርያው ይህን መደምደሚያ ከፍጥረት ታሪክና እግዚአብሔር ለወንድና ለሴት ካለው ዓላማ አንጻር ምን መደምደሚያ ላይ ደርሷል?

ለጸሎት፡

ወደ መዳን ስንመጣ በወንድ ወይም በሴት፣ በሃብታም ወይም በድሃ፣ በሃይማኖት ወይም በዓለማዊ መካከል ልዩነት ባለመኖሩ ጌታን አመስግኑት። ጌታ ኢየሱስ ወደ እርሱ የሚመጡትን ሁሉ ለማዳን ፈቃደኛ ነውና።

በቤተክርስቲያናችሁ እና በማህበረሰባችሁ ውስጥ ፈሪሃ እግዚአብሔር ያላቸው ክርስቲያን ሴቶች ያላቸውን ሚና ለማሰብ ትንሽ ጊዜ ውሰድ። በህይወታችሁ እና በዙሪያቸው ላሉ ብዙ ህይወት ስላሳዩት ተጽእኖ ጌታን አመስግኑት።

በቤተክርስቲያናችሁ እና በማህበረሰባችሁ ውስጥ ላቋቋመው ሥርዓት እንድትገዙ ጌታ እንዲረዳችሁ ጠይቁት። (ወንድም ሆናችሁ ሴት)

ጥረታችሁ ቢታወቅም ባይታወቅም ለእርሱ መኖር እና እርሱን ለማገልገል ጸጋን እንዲሰጣችሁ እግዚአብሔርን ለምኑት፡፡

ምዕራፍ 5 - የሐዋሪያው ጳውሎስ ትምህርት በ1ኛ ቆሮንቶስ 11

ወደ ሐዋርያው ጳውሎስ ትምህርት የመጣነው በዚህ ነጥብ ላይ ነው። በቤተክርስቲያን አገልግሎት የሴቶችን ሚና በተመለከተ የሰጠው መመሪያ በሦስት ዋና ክፍሎች ውስጥ ይገኛል (1ኛ ቆሮንቶስ 11፣ 1ኛ ቆሮንቶስ 14 እና 1ኛ ጢሞቴዎስ 2)። ጊዜ ወስደን እነዚህን ምንባቦች ለየብቻ እንመረምራለን። በዚህ ምዕራፍ ውስጥ ጳውሎስ በ1ኛ ቆሮንቶስ 11፡2-16 ያለውን እንመለከታለን።

1ኛ ቆሮንቶስ 11 በቆሮንቶስ ያለችውን ቤተክርስቲያን በማመስገን እና በመምከር ይጀምራል፡

2 ወንድሞች ሆይ፥ በሁሉ ስለምታስቡኝና አሳልፌ እንደ ሰጠኋችሁ ወግን ፈጽማችሁ ስለ ያዛችሁ አመሰግናችኋለሁ።

3 ነገር ግን የወንድ ሁሉ ራስ ክርስቶስ፥ የሴትም ራስ ወንድ፥ የክርስቶስም ራስ እግዚአብሔር እንደ ሆነ ልታውቁ እወዳለሁ:: (1ኛ ቆሮንቶስ 11)

በመጀመሪያ በቁጥር 1 ላይ ሐዋርያው የሰጠውን ውዳሴ እንመልከት:: ይህ ጳውሎስ መናገር የፈለገውን ነገር ያመለክታል:: የቆሮንቶስ ሰዎች በሁሉ እርሱን ስላሰቡት እና ለቤተክርስቲያን አሳልፎ የሰጣቸውን ወግ ስለጠበቁ እንዴት እንደሚያመሰግናቸው አስተውሉ::

ጳውሎስ እዚህ ላይ የተጠቀመው "ወግ" የሚለው ቃል ተቀባይነት ስላለው አሠራር ማስተማርን የሚያመለክት ይመስላል:: በአዲስ ኪዳን ውስጥ የዚህ ቃል አጠቃቀም የተጠቀሰባቸው በርካታ ምሳሌዎች አሉን:: በማቴዎስ 15 ፈሪሳውያንና ጻፎች ወደ ኢየሱስ ቀርበው፥

1 በዚያን ጊዜ ጻፎችና ፈሪሳውያን ከኢየሩሳሌም ወደ ኢየሱስ ቀረቡና፦

2 ደቀ መዛሙርትህ ስለ ምን የሽማግሎችን ወግ ይተላለፋሉ? እንጀራ ሲበሉ እጃቸውን አይታጠቡምና አሉት:: (ማቴዎስ 15)

በቁጥር 1 ላይ ያለው ወግ የሚለው ቃል ጳውሎስ በ1ኛ ቆሮንቶስ 11፡2 ላይ የተጠቀመው ተመሳሳዩ ቃል ነው:: የሐይማኖት መሪዎቹ ያሳሰባቸው እነዚህ ስርዓት አልባ ደቀመዛሙርት እንደ ሽማግሌዎች ወግ እጃቸውን

ሳይታጠቡ ሲበሉ ማየታቸው ነው። ይህ ወግ በጽሑፍ በሰፈሩት ቅዱሳን ጽሑፎች ወይም በሙሴ ሕግ ውስጥ አይገኝም፤ ነገር ግን በጊዜው በነበሩት የሃይማኖት መሪዎች የተካተተ ተጨማሪ ሕግ ነበር።

ኢየሱስ ለእነዚህ መሪዎች የሰጠውን ምላሽ አድምጡ፡

3 እርሱም መልሶ እንዲህ አላቸው፦ እናንተስ ስለ ወጋችሁ የእግዚአብሔርን ትእዛዝ ስለ ምን ትተላለፋላችሁ?

4 እግዚአብሔር፦ አባትህንና እናትህን አክብር፤ ደግሞ፦ አባቱን ወይም እናቱን የሰደበ ፈጽሞ ይሙት ብሎአልና፤

5 እናንተ ግን፦ አባቱን ወይም እናቱን፦ ከእኔ የምትጠቀምበት መባ ነው የሚል ሁሉ፥

6 አባቱን ወይም እናቱን አያከብርም ትላላችሁ፤ ስለ ወጋችሁም የእግዚአብሔርን ቃል ሻራችሁ። (ማቴዎስ 15)

ኢየሱስ ፈሪሳውያንን እና ጸሐፍትን “ለወጋቸው” ሲሉ የእግዚአብሔርን ትእዛዝ ጥሰዋል ሲል ይከሳቸዋል። ለዚህ ምሳሌ ከቁጥር 4-5 ላይ እናትና አባታቸውን እንዴት እንደያዙ ይናገራል። በመግለጫው “ስለ ወጋችሁም የእግዚአብሔርን ቃል ሽራችሁታል” በማለት ይደመድማል (ቁጥር 5ለ) ።

ማርቆስ ስለዚህ ተመሳሳይ ሁኔታ ሲጽፍ ኢየሱስን እንዲህ ሲል ይመዘግበዋል፡

8 የእግዚአብሔርን ትእዛዝ ትታችሁ ጽዋን ማድጋንም እንደ ማጠብ የሰውን ወግ ትጠብቃላችሁ፥ ይህንም የመሰለ ብዙ ሌላ ነገር ታደርጋላችሁ::

9 እንዲህም አላቸው፦ ወጋችሁን ትጠብቁ ዘንድ የእግዚአብሔርን ትእዛዝ እጅግ ንቃችኋል:: (ማርቆስ 7)

ሐዋርያው ጳውሎስ ለቆላስይስ ክርስቲያኖች ሲጽፍ እንዲህ ሲል ተናግሯል፡

8 እንደ ክርስቶስ ትምህርት ሳይሆን፥ እንደ ሰው ወግና እንደ ዓለማዊ እንደ መጀመሪያ ትምህርት ባለ በፍልስፍና በከንቱም መታለል ማንም እንዳይማርካችሁ ተጠበቁ:: (ቆላስይስ 2)

ከእነዚህ ምንባቦች የምንረዳው በሰው ወጎች ወይም በሽማግሌዎች ወግ እንዲሁም በእግዚአብሔር ግልጽ ትእዛዝ መካከል ልዩነት እንዳለ ነው::

ይህን ካልን በኋላ፣ እግዚአብሔርን እና ዓላማውን ስለሚያከብሩ ብቻ ልንጠብቃቸው የምንበረታታባቸው አንዳንድ ወጎች እንዳሉ ልንረዳ ይገባል:: በ1ኛ ቆሮንቶስ

11:2 ላይ ጳውሎስ ያስተላለፋቸውን ወጎች በማስታወስ የቆሮንቶስ ቤተክርስቲያንን አመስግኗቸዋል፡፡ ሐዋርያው ለተሰሎንቄ ሰዎች ሲጽፍ እንዲህ ይላል፡

15 እንግዲያስ፤ ወንድሞች ሆይ፤ ጸንታችሁ ቁሙ፤ በቃላችንም ቢሆን ወይም በመልእክታችን የተማራችሁትን ወግ ያዙ፡፡ (2ኛ ተሰሎንቄ 2)

6 ወንድሞች ሆይ፤ ከእኛ እንደ ተቀበለው ወግ ሳይሆን ያለ ሥርዓት ከሚሄድ ወንድም ሁሉ ትለዩ ዘንድ በጌታችን በኢየሱስ ክርስቶስ ስም እናዛችኋለን፡፡ (2ኛ ተሰሎንቄ 3)

ሊጠበቁ የሚገባቸው አንዳንድ ወጎች እንዳሉ ሐዋርያው በግልጽ ተናግሯል፡፡ እንዲያውም በ2ኛ ተሰሎንቄ 3፡ 6 ጳውሎስ አማኞች ከሐዋርያት ትምህርት ከተቀበሉት ወግ መሠረት የማይሄድ ወንድምን እንዲርቁ አበረታቷቸዋል፡፡

ሐዋርያው በ1ኛ ቆሮንቶስ 11፡2 ላይ የተናገራቸው ወጎች በቤተክርስቲያን እና በክርስቲያናዊ ህይወት ውስጥ በአካሉ ዘንድ ያለውን አንድነት ለመጠበቅ እና ለእግዚአብሔር ክብር የሚያመጡትን ትክክለኛ ልምዶችን የሚያመለክቱ ይመስላሉ፡፡ ጳውሎስ ያስተማራቸውን እነዚህን ወጎች በማስታወስ የቆሮንቶስ ቤተክርስቲያንን አመስግኗቸዋል፡፡ ይሁን እንጂ እሱ ስለ

ቤተክርስቲያን አንድ የሚያሳስበው ነገር አለው። ያ ስጋት በ1ኛ ቆሮንቶስ 11፡3 ላይ ተገልጿል፡

3 ነገር ግን የወንድ ሁሉ ራስ ክርስቶስ፥ የሴትም ራስ ወንድ፥ የክርስቶስም ራስ እግዚአብሔር እንደ ሆነ ልታውቁ እወዳለሁ። (1ኛ ቆሮንቶስ 11)

ሐዋርያው ጳውሎስ እንዳለው እግዚአብሔር በቤተክርስቲያን ሕይወት ውስጥ የመሠረተው ሥርዓት ነበር። ጳውሎስ በቁጥር 11 ላይ እግዚአብሔር የሁሉ ራስ ስለሆነ ሁላችንም ለእርሱ መገዛት እንዳለብን ተናግሯል። ክርስቶስ፣እንደ እግዚአብሔር ልጅ፣ለአብ ዓላማ በመገዛት ሕይወቱን ለአብ ፈቃድ አሳልፎ ሰጥቷል። ወንድ ደግሞ ለክርስቶስ ይገዛል እንዲሁም እንደ ቤተሰብ ራስ እና የምድር ሃብት አስተዳዳሪ በመሆን ኃላፊነት አለበት። በመጨረሻም ሴት (ወይም ሚስት) ለወንድ (ባል) እንደ ረዳት ትገዛለች። መገዛት ማለት ማነስ እንዳልሆነ ልብ ማለት ያስፈልጋል። ክርስቶስ በነገር ሁሉ ከአብ ጋር እኩል ነው። ለአብ ፈቃድ መገዛቱ ከአብ ያነሰ አያደርገውም። በተመሳሳይ ሁኔታ ሴት ከወንድ ጋር እኩል ነች፤ሆኖም ለእሱ መገዛቷ ከወንድ ያነሰች አያደርጋትም።

ጳውሎስ ይህንን በእግዚአብሔር የተሾመውን ሥርዓት ከገለጸ በኋላ፣ይህ ሥርዓት በቤተክርስቲያን አገልግሎት ውስጥ እንዴት እንደሚሠራ ተናግሯል፡

4 ራሱን ተከናንቦ የሚጸልይ ወይም ትንቢት የሚናገር ወንድ ሁሉ ራሱን ያዋርዳል።

5 ራስዋን ሳትሸፍን ግን የምትጸልይ ወይም ትንቢት የምትናገር ሴት ሁሉ ራስዋን ታዋርዳለች፤ እንደ ተላጨች ያህል አንድ ነውና። (1 ቆሮንቶስ 11)

በቁጥር 4 እና 5 ላይ ጳውሎስ በአደባባይ መጸለይ እና ትንቢት መናገሩን ተናግሯል። ልንገነዘበው የሚገባን ነገር ወንዶችም ሆኑ ሴቶች ይህንን እንዲያደርጉ ተፈቅዶላቸዋል። አንድ ወንድና አንዲት ሴት በአደባባይ ሲጸልዩ ወይም ትንቢት ሲናገሩ ልዩነታቸው ሴቲቱ ይህን ስታደርግ ራሷን እንድትሸፍን ብቻ ነው።

ጳውሎስ በቁጥር 4 ላይ አንድ ወንድ ራሱን ተከናንቦ የሚጸልይ ወይም ትንቢት የሚናገር ከሆነ ራሱን አዋርዷል ማለት ነው ይላል። ጳውሎስ እዚህ ምን እያለ እንዳለ ግራ የሚጋባ ነው። ነገር ግን በዐውደ-ጽሑፉ ውስጥ የወንድ ራስ ክርስቶስ መሆኑን አስታውሱ። በሌላ አነጋገር፣ አንድ ወንድ ራሱን ተከናንቦ ሲጸልይ ወይም ትንቢት ሲናገር ለራሱ ለክርስቶስ አክብሮት እንደሌለው ያሳያል።

በቁጥር 2 ላይ ጳውሎስ የጀመረው ስለ ወጎች መናገሩን በማሳሰብ ነው። እኔ ባደግኩበት ባህል ሰው ወደ ቤተክርስቲያን ሲገባ ባርኔጣውን ማውለቅ የተለመደ ነው። ጸሎት ባደረግንባቸው የስራ ቦታዎች ወይም የስፖርት ዝግጅቶች ላይም ታድሜ አውቃለሁ። መጸለይ ስንጀምር ወንዶች ለእግዚአብሔር ክብር

ለማሳየት ኮፍያዎቻቸውን ያወልቁ ነበር። አንድ ሰው ለቃለ መጠይቅ ከሄደ ቃለ-መጠይቅ ለሚያደርገው ሰው አክብሮት ለማሳየት ባርኔጣውን እንደሚያወልቅ እርግጠኛ ይሆናል። ወደ አንድ ሰው ቤት ሲገባ፤ለዚያ ቤት ሰዎች አክብሮት ለማሳየት ባርኔጣውን ያውልቅ ነበር። ይህ እኔ የመጣሁበት የባህል ወግ ነው።

ጳውሎስ ለቆሮንቶስ ሰዎች እየነገራቸው ያለው አንድ ወንድ ሲጸልይ ወይም ትንቢት ሲናገር ራሱን በጨርቅ ወይም በባርኔጣ ቢሸፍን ለኢየሱስ ክብር አለማሳየቱ ነው። ይህ፣ጳውሎስ እንዳለው ትክክለኛ ክርስቲያናዊ ሥነ ምግባር ነው።

በእግዚአብሔር ፊት ራስ መሸፈኛን ማስወገድ የወንድ ግዴታ ቢሆንም በሴት ላይ ግን እንዲሁ አይደለም። አንዲት ሴት ራሷን ካልሸፈነች ለራሷ አክብሮት አላሳየችም ማለት ነው። የሴት ራስ፣ ጳውሎስ እንዳለው፣ ወንድ ነውና (ቁጥር 3)።

በመኃልየ መኃልየ መኃልይ 5 አንድ አስደሳች ምንባብ አለ፤በምዕራፉ አውድ ውስጥ አንድ ሰው ወደሚወዳት ክፍል ደጃፍ መጥቶ ያንኳኳል። በሩን ልትከፍትለት ፈቃደኛ ስላልሆነች ይሄዳል። እዚያ አልጋ ላይ ተኝታ ምን እንዳደረገች በመገንዘብ ሃሳቧን ትለውጣለች። ልብሷን ለብሳ እሱን ለማግኘት ከቤት ወጣች። ቁጥር ስድስት እና ሰባት ፍቅረኛዋን ፈልጋ ጎዳና ስትወጣ የሆነውን ነገር ታሪኳን ይተርካል፡

6 ለውዴ ከፈትሁለት፥ ውዴ ግን ፈቀቅ ብሎ አልፎ ነበር። ነፍሴ ከቃሉ የተነሣ ደነገጠች፤ ፈለግሁት፥ አላገኘሁትም፤ ጠራሁት፥ አልመለሰልኝም።

7 ከተማይቱን የሚዞሩት ጠባቂዎች አገኙኝ፤ መቱኝ፥ አቈሰሉኝም፤ ቅጥር ጠባቂዎችም የዓይነ ርግብ መሸፈኛዬን ወሰዱት። (መኃልየ መኃልይ 5)

በሌሊት መንገድ ላይ ስትዞር የከተማው ጠባቂዎች አገኟት። በቁጥር 7 ላይ እንዴት እንዳደረጓት አስተውሉ - ደበደቧት ከዚያም የዓይነ ርግብ መሸፈኛዋን ወሰዱት። አሳፍሯት፤ክብረም በሚነካ መንገድ አዋረዷት። ለእነዚህ ጠባቂዎች ሌሊት በመንገድ ላይ የምትዞር ሴት ሴተኛ አዳሪ ብቻ ነች። እንደ ጎዳና ሴት አድርገው ተመለከቷት። ለዚች ሴት ካሳዩት ንቀት አንዱ የዓይነ ርግብ መሸፈኛዋን መውሰዳቸው ነው። ይህች ሴት ራሷን ለፍቅረኛዋ ስትል ጠብቃ ነበር፤ስለሌላ ወንድ መጋለጥ ለእሷ እና ለምትወደው ሰው ትልቅ ውርደት ነበርና።

በዚህ የጳውሎስ ትምህርት ውስጥ ግልጽ የሆነ ባህላዊ ጉዳይ ቢኖርም፣ጳውሎስ ደግሞ በቁጥር 7-9 ላይ መሸፈኛውን ለመጠቀም ሥነ-መለኮታዊ ምክንያት አቅርቧል፡

7 ወንድ የእግዚአብሔር ምሳሌና ክብር ስለ ሆነ ራሱን መከናነብ አይገባውም፤ ሴት ግን የወንድ ክብር ናት።

8 ሴት ከወንድ ናት እንጂ ወንድ ከሴት አይደለምና።

9 ሴት ስለ ወንድ ተፈጠረች እንጂ ወንድ ስለ ሴት አልተፈጠረምና።

10 ስለዚህ ሴት ከመላእክት የተነሣ በራስዋ ሥልጣን ሊኖራት ይገባል። (1ኛ ቆሮንቶስ 11)

ጳውሎስ ከቁጥር 7-9 ላይ በርካታ ነጥቦችን ተናግሮ በቁጥር 10 ላይ "ስለዚህ ሚስት የሥልጣን ምልክት በራሷ ላይ ሊኖራት ይገባል" በሚለው ዓረፍተ ነገር ይደመድማል። እስቲ እነዚህን ነጥቦች እንመርምር።

በቁጥር 7 ላይ ሐዋሪያው ይናገራል፡

ወንድ የእግዚአብሔር ምሳሌና ክብር ስለ ሆነ ራሱን መከናነብ አይገባውም፤ ሴት ግን የወንድ ክብር ናት። (ቁጥር 7)

ጳውሎስ እንዳለው ሰው የእግዚአብሔር አምሳል እና ክብር ነው፤ ሴት ግን የወንድ ክብር ናት። በመጀመሪያ ሐዋርያው ሰው የእግዚአብሔር መልክ መሆኑን እንደተናገረ አስተውሉ። ወንዶችም ሴቶችም በእግዚአብሔር አምሳል የተፈጠሩ ሲሆኑ፣ ወንድ ግን እዚህ ቁጥር 7 ላይ የእግዚአብሔር አምሳል ተብሎ

ተገልጿል። በዚህ ጥቅስ ላይ ጳውሎስ ይህንን ባሕርይ ለሴት አልሰጠም። ይህ ጠቃሚ ሊሆን ይችላል።

“ምሳሌ” የሚለው ቃል ውክልና ወይም ነጸብራቅን ያመለክታል። ይህ ነጸብራቅ እውነተኛ ነገር ባይሆንም የሚያንፀባርቀውን ሰው ይወክላል። በሌላ አነጋገር፣ ሰው የእግዚአብሔር ወኪል የመሆን እና በዚህ ምድር ላይ የእሱን መልክ የማንጸባረቅ ኃላፊነት ተሰጥቶታል። እውነት ነው፣ ወንዶችም ሆኑ ሴቶች የእግዚአብሔርን ባህርይ ማንጸባረቅ አለባቸው፣ ነገር ግን ጳውሎስ እዚህ ቁጥር 7 ላይ እየነገረን ያለው ወንድ የእግዚአብሔር ወኪል እንዲሆን የቤተሰቡ ራስ በመሆን በእግዚአብሔር ትዕዛዝ ተሰጥቶታል።

እስቲ ቤተክርስቲያናችሁ እንዴት እንደምትሠራ ለአፍታ አስቡ። በቤተክርስቲያናችሁ ውስጥ መንጋውን እንዲጠብቅ በእግዚአብሔር የተጠራ መጋቢ ሊኖራችሁ ይችላል። የእያንዳንዱን አባል ደህንነት የማረጋገጥ ኃላፊነት እና መንፈሳዊ ግዴታ አለበት። ይህ ማለት በቤተክርስቲያን ውስጥ በእረኝነት አገልግሎት ውስጥ ሌላ ማንም አይሳተፍም ማለት አይደለም። የታመሙትን የሚጎበኙ እና የጉባኤውን ፍላጎቶች የሚንከባከቡ ሽማግሌዎች ወይም ዲያቆናት ሊኖሩ ይችላሉ። እርስ በርሳቸው የሚተሳሰቡ ሌሎች የቤተክርስቲያን አባላትም አሉ። እንደ እውነቱ ከሆነ፤እያንዳንዱ ሰው አንዱ ለሌላው ግዴታ አለበት። ሁሉም እርስ በርሳቸው በመጋቢነት በማገልገል እና

በመገልገል ላይ ናቸው። ሁሉም ሰው በሚያገለግልበት ጊዜ፣ አሁንም የቤተክርስቲያንን ሥራ የሚቆጣጠር መጋቢ ይኖራል። ማዕረጉን የተሸከመ ሲሆን ይህ ማዕረግ በእግዚአብሔር ፊት ልዩ ግዴታን አሸክሞታል። በእግዚአብሔር ፊት ያለው ተጠያቂነት የእርሱን መልክ ለመንጋው ማንፀባረቅ ብቻ ሳይሆን እያንዳንዱ የቤተክርስቲያን አባል የእግዚአብሔርን መልክ ለዓለም ማንፀባረቅ በሚቻለው ሁኔታ እያደገ መሆኑን ለማየት ነው። ይህ እግዚአብሔር ለሰው የሰጠው ግዴታ ነውና።

ወንድ የእግዚአብሔር ወኪል ሆኖ ኃላፊነት ተሰጥቶታል። እግዚአብሔር በዓለም ላይ የመረጠው ተወካይ የመሆን ኃላፊነት በመስጠት አክብሮታል። በዚህ መንገድ እግዚአብሔርን ማገልገል የእርሱ መብት ሲሆን በዚህ ምክንያት በዓለም፣በቤተሰቡ እና በቤተክርስቲያኑ ዘንድ ያለውን የዚህን ቦታ ክብር እና ታላቅነት ይሸከማል። ከዚህ አንጻር እርሱ የእግዚአብሔር ክብር ነው።

ጳውሎስ በመቀጠል በቁጥር 7 ላይ ሴት የወንድ ክብር ናት ይላል። ጳውሎስ ይህን ሲናገር፣ ሴቶች በእግዚአብሔር ፊት ያላቸው አቋም ያነሰ ነው እያለ አይደለም፣ በተቃራኒው፣በእግዚአብሔር እኩል የተወደዱ እና በመንፈሱ እኩል የተሞሉ ናቸው እያለ ነው። ወንድ የእግዚአብሔር ተወካይ የመሆን ኃላፊነት ተሰጥቶት ሳለ ሴት በዚህ ተግባር ለእርሱ አጋዥ እና

ረዳት እንድትሆን ኃላፊነት ተሰጥቷታል። የእርሷ ድጋፍና በረከት እግዚአብሔር የጠራውን እንዲፈጽም ብርታትን ይሰጠዋል። እግዚአብሔር የሰጣት ማስተዋል ያለውን አመለካከት እንዲይዝ ረድቶታል። የእርሷ ማበረታቻ እንዲቀጥል ብርታት ይሰጠዋል። የእሷ ሚና አስፈላጊነት ከእሱ ያነሰ አይደለም። የእሷ የምታበረክተው ሚና የከበረ ነውና።

ወንድ ለምን መሪ እና ተወካይ እንጂ ሴት አልሆነም? ጳውሎስ ሴት ከወንድ ስለመጣች እንደሆነ ይነግረናል።

8 ሴት ከወንድ ናት እንጂ ወንድ ከሴት አይደለምና። (ቁጥር 8)

ሴት ህይወቷ በወንድ ላይ ነው። እግዚአብሔር ከወንድ ፈጠራት፤ የሕይወት እስትንፋስም እፍ አለበት።

በእነዚህ የጳውሎስ ቃላት ውስጥ ትልቅ ቦታ የሚሰጠው ነገር ችሎታን የሚያመለክት ነገር አለመኖሩ ነው። በጾታ መካከል ስላለው ልዩነት የሚናገሩ አሉ። በእነዚህ ልዩነቶች ምክንያት አንድ ወንድ ከሴት የተሻለ መሪ የሆነው ለምን እንደሆነ በዚህ መንገድ ለማሳየት ይሞክራሉ። የጉዳዩ እውነታ ግን ሴቶች ከወንዶች እኩል የመሪነት ብቃት አላቸው። ጳውሎስ ወንድ ራስ የሆነበት ምክንያት በመጀመሪያ ስለተፈጠረ እና ረዳት እንድትሆነው ሴትን ከወንድ ስለፈጠራት ነው ይለናል። ራስነት ከችሎታ ጋር ምንም ግንኙነት የለውም።

ከእግዚአብሔር ምርጫ ጋር የተያያዘ ሁሉም ነገር አለው፡፡

ጳውሎስ በቁጥር 9 ላይ በመናገር ይቀጥላል፡

ሴት ስለ ወንድ ተፈጠረች እንጂ ወንድ ስለ ሴት አልተፈጠረምና፡፡ (ቁጥር 9)

ጳውሎስ በዘፍጥት 2 ላይ እንደተጠቀሰው የሴትን አፈጣጠር ይጠቅሳል፡

20 አዳምም ለእንስሳት ሁሉ፥ ለሰማይ ወፎችም ሁሉ፥ ለምድር አራዊትም ሁሉ ስም አወጣላቸው፤ ነገር ግን ለአዳም እንደ እርሱ ያለ ረዳት አልተገኘለትም ነበር፡፡

21 እግዚአብሔር አምላክም በአዳም ከባድ እንቅልፍን ጣለበት፤ አንቀላፋም፤ ከጎኑም አንዲት አጥንትን ወስዶ ስፍራውን በሥጋ ዘጋው፡፡

22 እግዚአብሔር አምላክም ከአዳም የወሰዳትን አጥንት ሴት አድርጎ ሠራት፤ ወደ አዳምም አመጣት፡፡ (ዘፍጥረት 2)

እግዚአብሔር ሴትን ለአዳም ረዳት ትሆነው ዘንድ ፈጠረ፡፡ እግዚአብሔር የሰጣት ተግባር ይህ ነበር፡፡ እግዚአብሔር ትሆን ዘንድ ያሰበውን ሁሉ ልትሆን የቻለችው በዚህ ተግባር ነው፡፡ ሴት ለዚህ ኃላፊነት በልዩ ሁኔታ ተፈጥራለች፡፡ ወንድ እግዚአብሔር

እንዲሆን ለፈጠረለት ዓላማ እንዲሆን የእሷ እንክብካቤ እና እርዳታ ያስፈልገዋል። ረዳት የመሆን ልዩ ተሰጥኦ ተሰጥቷታል። ጊዜ እያለፈ ሲሄድ ወንዶች ወደ ኋላ መለስ ብለው በማየት ለስኬታቸው በምክር፤በእንክብካቤ፤በማጽናናት እንዲሁም በመሞገት አብረዋቸው ለቆሙት ሴቶች ምስጋናቸውን ይሰጣሉ።

ወንድ እና ሴት በእኩልነት ቢፈጠሩም፤የተለየ ሚና ተሰጥቷቸዋል። የተፈጠሩት የተለየ ዓላማ ይዘው ነው። ወንዶች መንፈሳዊ መሪዎች ሲሆኑ ሴቶች ደግሞ ረዳቶቻቸው ይሆናሉ። እያንዳንዱ ሰው እነዚህን ሚናዎች ሲጠቀም፣ የእግዚአብሔር መንግሥት ትሰፋለች።

ጳውሎስ በቁጥር 10 ላይ የሚሰጠው መደምደሚያ የሚከተለውን ነው፡ እግዚአብሔር የመንፈሳዊ አመራርን ሚና ለወንድ ስለሰጠ ሴትን ደግሞ አጋዥ እንድትሆን ስለ ፈጠረ ሴቲቱ በራሷ ላይ የሥልጣን ምልክት ሊኖራት ይገባል።

የጳውሎስ ቁልፍ ወንዶችና ሴቶች እግዚአብሔር ከፍጥረት መጀመሪያ ጀምሮ ያሰበውን ሚና መጠቀማቸው ነው። ይህ የእግዚአብሔር ዓላማ ቆሮንቶስን እየሞገተ ያለ ይመስላል። ቲንደል የመጽሐፍ ቅዱስ መዝገበ ቃላት ስለ ቆሮንቶስ ከተማ እንዲህ ይላል፡

በምሽግ የተጠናከረው ጥንታዊው የግሪክ የከተማው ክፍል፣በገደል አናት ላይ የሚገኘው የአፍሮዳይት ቤተመቅደስ 1000 ሴት ባሪያዎች ለዚህ የፍቅር አምላክ አገልግሎት የተሰጡበትን ቤተመቅደስ ይዟል። ይህ ልዩ የሆነ የቆሮንቶስ አምልኮ ለአፍሮዳይት፣በሮማው ቬነስ በተለየው የፍቅር አምላክ፣ውበት እና የመራባት አምላክ ክብር የተሰጠ ነበር። ከእንደዚህ ዓይነት ሐይማኖታዊ ድርጊቶች ጋር የተያይዘ አጠቃላይ የሞራል ዝቅጠት ነበር። ከአረማዊ ሮም ጋር ሲወዳደር የቆሮንቶስ ሥነ ምግባር በእጅጉ የተበላሸ ነበር። (Comfort, Philip W., Elwell, Walter A., Tyndale Bible Dictionary, "Corinth", Cedar Rapids: Tyndale House Publishers, Inc. 2001.)

ከፍቅር አምላክነት ከፍታ እና ከአፍሮዳይት ሴት የቤተመቅደስ አገልጋዮች የብልግና ሚና ጋር፣ጳውሎስ የቆሮንቶስ ቤተክርስትያን በኤደን ገነት ወደተመሰረተው እና በእግዚአብሔር ወደ ተሰየሙት መርሆች እንድትመለስ መሞገቱ አስፈላጊ ነበር።

በ1ኛ ቆሮንቶስ 11 ላይ ያለው የጳውሎስ ትምህርት በተፈጥሮው ሥነ-መለኮታዊ ነው። በእነዚህ ጥቅሶች ውስጥ፣ ከፍጥረት ጊዜ ጀምሮ ወደነበረው የእግዚአብሔር ዓላማ እንድትመለስ የቆሮንቶስን ቤተክርስቲያን ጠርቶአል። እግዚአብሔር ወንዶች እና ሴቶችን ለተለያዩ ዓላማዎች እንደፈጠረ ያስተምራል። የቆሮንቶስ ባሕላዊ ፈተናዎች ቢኖሩም፣ሴቶች

ለእግዚአብሔር ዓላማ እንዲገዙ እና በጊዜው የነበረውን የአረማውያን ባሕላዊ ተጽዕኖዎች እንዲቋቋሙ ያበረታታል።

ሴቶች በቤተክርስቲያን ውስጥ በሚጸልዩበት ጊዜ ወይም ትንቢት በሚናገሩበት ጊዜ መሸፈኛ ወይም ሻሽ ማድረግ አለባቸው በሚለው ጉዳይ ላይ እስካሁን ወደ ውይይት አልገባሁም። በዚህ ላይ በዘመናችን ባለችው ቤተክርስቲያን ውስጥ የተለያዩ አስተያየቶች ይሰጣሉ። በ1ኛ ቆሮንቶስ 11 ላይ ካለው የጳውሎስ አስተምህሮ በግልጽ ማየት እንችላለን፣ሴት መሸፈኛ ከለበሰች፣የጥንቷ ቤተክርስቲያንን ባህልና ወግ ትከተላለች ማለት ነው።

ልንጠይቀው የሚገባን ጥያቄ ጳውሎስ በ1ኛ ቆሮንቶስ 11 ላይ የሚያስተምረው ለሁሉም ባሕሎች እና ጊዜያት የተሰጠ ትዕዛዝ ወይስ በዘመኑ ላለች ቤተክርስቲያን እና ባሕል የሚለው ነው። በዚህ ላይ ጥቂት አስተያየቶችን በመስጠት ልቋጭ።

በመጀመሪያ፣ ጳውሎስ በ1ኛ ቆሮንቶስ 11፡2 ውስጥ ያለውን ክፍል የጀመረው የቆሮንቶስ ክርስቲያኖችን እርሱ እንደሰጣቸው ወጉን ጠብቀው በመቆየታቸው ምክንያት በማመስገን መሆኑን አስተውሉ። ይህ ለቀሪው ምንባብ መንገድ ያዘጋጃል። ጳውሎስ እየተናገረ ያለው ስለ ወጎች ነው። እንደተመለከትነው፣ አዲስ ኪዳን “ወጎችን” ከእግዚአብሔር “ትዕዛዛት” ይለያል።

በ1ኛ ቆሮንቶስ 11 ላይ የወግ እና ትዕዛዛት ጥምረት አለን። ትእዛዛቱ በጳውሎስ ሥነ-መለኮታዊ ትምህርት ውስጥ ከፍጥረት ጀምሮ በወንዶችና ሴቶች ባለው ዓላማ መጥተዋል። ባህሉ ያመጣው ሴቶች እንዴት እንደሚለብሱ እና በአለባበሳቸው የተረዳውን ነገር ነው። ለምሳሌ በዚያን ጊዜ ማንም ሴት ራሷን ሳትሸፍን ከቤቷ ውጭ ለመውጣት አትደፈርም፤ነገር ግን ወደ ቤተክርስቲያን መጥተው ራሳቸውን ይገልጡ ነበር። ይህ አስደንጋጭ፣ በባህል ያልተገባ እና ለሚያመልኩት ሰዎች ሁሉ ትኩረት የሚስብ ነበር።

ሁለተኛ፣ ጳውሎስ በ1ኛ ቆሮንቶስ 11፡6 ያለውን አስተውሉ፡

6 ሴትም ራስዋን ባትሸፍን ጠጕርዋን ደግሞ ትቆረጥ፤ ለሴት ግን ጠጕርዋን መቆረጥ ወይም መላጨት የሚያሳፍር ከሆነ ራስዋን ትሸፍን። (1ኛ ቆሮንቶስ 11)

እዚህ ላይ ጳውሎስ የሚናገረውን አስተውሉ። አንዲት ሴት ራሷን ካልሸፈነች፤ ፀጉሯን መቆረጥ ይኖርባት ነበር። ያ የዘመናችን ሴቶች ጉዳይ አይሆንም። በእኔ ባህል ውስጥ የማውቃቸው አረጋውያን ሴቶች ከሞላ ጎደል ፀጉራቸውን ከትከሻቸው በላይ መቁረጥን ወይም አጭር ማድረግን ይመርጣሉ። በእኔ ባህል ይህ ለእነርሱ እንደ ነውር አይቆጠርም። እዚህ ላይ የጳውሎስ መከራከሪያ በባህላችን ውስጥ ትርጉም አይኖረውም የሚል ነው። በዚያ ዘመን አውድ ውስጥ በደንብ

መታወቅ አለበት። በዚያን ዘመን ማንኛዋም ሴት ፀጉሯን መቁረጧ አሳፋሪ ነበር። የተፈጠረ የባህል ለውጥ አለ። ባለፉት ዓመታት የፀጉር ዘይቤዎች ተለውጠዋል.

ባለፉት ዓመታት በክርስትና ባህል ውስጥ ሌላ የባህል ለውጥ ታይቷል። ክርስቲያን ሴቶች ከቤታቸው ውጭ ሲሆኑ ሁልጊዜ ራሳቸውን አይሸፍኑም። በዓለም ዙሪያ ባሉ የክርስቲያን ባህሎች ውስጥ ራስ መሸፈኛ ያለት ሴት በመንገድ ላይ ስትራመድ ማየት ምንም የሚያሳፍር ጉዳይ አይደለም።

እዚህ ላይ የምንተወው ጥያቄ ይህ ነው፡ የእግዚአብሔር ትዕዛዛት ፈጽሞ የማይለዋወጡ ሲሆኑ ዳሩ ግን የክርስቲያኖች ወግ ሊለወጥ ይችላልን? ለምሳሌ ቤተክርስቲያን ፋሲካን እና ገናን ለማክበር በመጽሐፍ ቅዱስ የተሰጠ ትእዛዝ ባይኖራትም እነዚህን ሁለት ዝግጅቶች የማክበር ባህል አላት። ንግሥት አስቴር የፑሪምን ዓመታዊ ክብረ በዓል አቋቋማለች፣ነገር ግን ይህ በሙሴ ህግ እግዚአብሔር ያዘዘው አልነበረም። ከእነዚህ ዝግጅቶች አንዱን አለማክበር ኃጢአት ነውን? የእግዚአብሔርን ትእዛዛት መከተላችን የማይቀር ቢሆንም፣ ወጋችን እና ባህላዊ ግንዛቤያችን ሊለወጥ ይችላል። በዚያን ዘመን ከቤት ውጭ የራስ መሸፈኛ መልበስ ከሴቶች ይጠበቅ ነበር። በፍጥረት ጊዜ ግን ሔዋን የራስ መሸፈኛ ለብሳ ለአዳም መገዛቷን አልገለጸችም—እንዲያውም ምንም አልለበሱም ነበር።

የእሷ አቀራረብ በተለየ መንገድ መገለጽ ነበረበት።

በ1ኛ ቆሮንቶስ 11 ላይ ጳውሎስ ሚስት የስልጣን ምልክት ለብሳለች በማለት ይናገራል። በቆሮንቶስ ባህል ይህ ምልክት ራስ መሸፈኛ ነበር። ይሁን እንጂ ጴጥሮስ በዘመኑ ለነበሩ ሚስቶች የተናገረውን አድምጡ፡-

1-2 እንዲሁም፥ እናንተ ሚስቶች ሆይ፥ ከባሎቻችሁ አንዳንዱ ለትምህርት የማይታዘዙ ቢኖሩ፥ በፍርሃት ያለውን ንጹሑን ኑሮአችሁን እየተመለከቱ ያለ ትምህርት በሚስቶቻቸው ኑሮ እንዲገኙ ተገዙላቸው።

3 ለእናንተም ጠጕርን በመሸረብና ወርቅን በማንጠልጠል ወይም ልብስን በመጎናጸፍ በውጭ የሆነ ሽልማት አይሁንላችሁ፥

4 ነገር ግን በእግዚአብሔር ፊት ዋጋው እጅግ የከበረ የዋህና ዝግተኛ መንፈስ ያለውን የማይጠፋውን ልብስ ለብሶ የተሰወረ የልብ ሰው ይሁንላችሁ።

5 እንዲህ በቀድሞ ዘመን በእግዚአብሔር ተስፋ ያደረጉት ቅዱሳት ሴቶች ደግሞ ለባሎቻቸው ሲገዙ ተሸልመው ነበርና፤

6 እንዲሁም ሣራ ለአብርሃም፦ ጌታ ብላ እየጠራቸው ታዘዘችለት፤እናንተም ከሚያስደነግጥ ነገር አንዳች እንኳ ሳትፈሩ መልካም ብታደርጉ ልጆችዋ ናችሁ።(1ኛ ጴጥሮስ 3)

የሐዋሪው ጳውሎስ ትምህርት በ1ኛ ቆሮንቶስ 11 117

ልክ እንደ ጳውሎስ ሁሉ ጴጥሮስም ሴቶች የቤት መሪ ለሆነው ባሎቻቸው እንዲገዙ መክሯቸዋል። እነዚህ ሴቶች ራሳቸውን በማሽሞንሞን እና ጌጣጌጥ በመልበስ ላይ ሳይሆን የዋህ እና ጸጥ ያለ መንፈስ በመልበስ ላይ እንዲያተኩሩ ያሳስባቸዋል። ጴጥሮስ፤ሣራ ለባልዋ አብርሃም በመገዛት ያሳየችው ምልክት ይህ ነው በማለት ይነግራቸዋል።

አንዲት ሴት የራስ መሸፈኛ ማድረግ አለባት? ምናልባት ይህ በባህላቸው ወይም ወጋቸው ላይ የተመሰረተ ነው። ይሁን እንጂ የጸጥታ እና የዋህ መንፈስ ምልክት የሌለበት የራስ መሸፈኛ ምንም ዋጋ እንደሌለው አስታውሱ። ሣራ የሥልጣን ምልክት አድርጋ ጭንቅላቷ ላይ ያስቀመጠችው ይህንን መንፈስ ነበር።

ለምልከታ፡

በወግ እና በትእዛዝ መካከል ያለው ልዩነት ምንድን ነው? ባህል ሊለወጥ ይችላልን?

መሸፈኛ ትለብስ ለነበረች ሴት ባህላዊው ግንዛቤ ምን ነበር? ሴቶች መሸፈኛውን ይጠቀሙበት የነበረው መቼ ነው? በቤተክርስቲያን ውስጥ አንዲት ሴት እነዚህን መሸፈኛዎች ብታወልቅ ለምን አስደንጋጭ ይሆናል?

118 የወንጌል አጋሮች

በጳውሎስ ዘመን በቆሮንቶስ መኖር ምን ይመስል ነበር? በጊዜው የነበረው የአረማውያን ሃይማኖት ምን ይመስል ነበር? በዚህ የጣዖት አምልኮ ሥርዓት ውስጥ ሴት እንዴት ትታይ ነበር?

ጳውሎስ በጊዜው የነበሩ ሴቶች ባሕላዊውን ሥርዓት እንዲቃወሙና በምትኩ የመጽሐፍ ቅዱስን ትምህርት እንዲከተሉ ሞግቷቸዋል? ሴት በቆሮንቶስ አረማዊ ሃይማኖት ውስጥ እንዴት ትያዝ እንደነበር በማሰብ የሴቷን ቦታ ከፍ ያደረገው እንዴት ነው?

ጳውሎስ ሴቶች በቤተክርስቲያን ውስጥ ለመምራት ሲፈልጉ ለወንዶች ረዳቶች ይሆኑ ዘንድ አስተምሯቸዋል። የመከራከሪያ ነጥቦቹን በዘፍጥረት መጽሐፍ እና በእግዚአብሔር የፍጥረት ዓላማ ላይ ይመሰርታል። እግዚአብሔር በፍጥረት ጊዜ ለወንዶችና ለሴቶች ያለው ዓላማ ምን ነበር?

ዛሬ ሴቶች መሸፈኛ ማድረግ አለባቸውን? ጴጥሮስ ስለ ሴት እውነተኛ የሥልጣን ምልክት ምን አለ?

ለጸሎት:

በቤተክርስቲያን ውስጥ የሴቶች የራስ መሸፈኛ ልብስ

በሚለበስበት ጉዳይ ላይ ከእናንተ የተለየ አመለካከት ያላቸውን ሰዎች ታከብሩ ዘንድ እንዲረዳችሁ ጌታን ጠይቁት።

በቤተክርስቲያን ውስጥ ለመሠረታቸው የተለያዩ ተግባራት ጌታን አመስግኑት። ዓላማውን ትቀበሉ ዘንድ እንዲረዳችሁ ጠይቁት።

ለእኛ የሚጫወቱት ሚናዎች ያሉት ቢሆንም፣ ሴቶችም ሆኑ ወንዶች በእግዚአብሔር ዓላማ ውስጥ ለዚህ ዓለም አስፈላጊ በመሆናቸው ጌታን አመስግኑት።

ምዕራፍ 6 - የሐዋሪያው ጳውሎስ ትምህርት በ1ኛ ቆሮንቶስ 14

አንግዲህ በ1ኛ ቆሮንቶስ 14፡34-35 ላይ ያለውን የጳውሎስን ትምህርት መመርመር የእኛ ኃላፊነት ነው። የእነዚህ ጥቅሶች አውድ የሚያሳየን ጳውሎስ ለቆሮንቶስ ክርስቲያኖች ስለ ሕዝባዊ አምልኮ አገልግሎታቸው ያስተምራቸው እንደነበር ነው።

26 እንግዲህ፥ ወንድሞች ሆይ፥ ምንድር ነው? በምትሰበሰቡበት ጊዜ ለእያንዳንዱ መዝሙር አለው፥ ትምህርት አለው፥ መግለጥ አለው፥ በልሳን መናገር አለው፥ መተርጐም አለው፤ ሁሉ ለማነጽ ይሁን። (1ኛ ቆሮንቶስ 14)

ቁጥር 26 በጥንቷ ቤተክርስቲያን የነበረው የአምልኮ አገልግሎት ፍንጭ ይሰጠናል። ሰዎች የሚያካፍሉትን ነገር ይዘው ለአምልኮ ይመጡ

ነበር፤ “እያንዳንዱ መዝሙር፣ትምህርት፣መገለጥ፣ልሳን፣ወይም ልሳን መተርጎም አለው።” ይህ አይነት አገልግሎት መደበኛ ያልሆነ ነበር። እግዚአብሔር በልባቸው እንዳሰቀመጠ ሰዎች ያላቸውን ይካፍሉ ነበር። ጳውሎስ ከአገልግሎቱ መደበኛ አለመሆን ጋር ምንም ችግር የለበትም፤ነገር ግን አማኞች እርስ በርሳቸው በእምነት የመገንባቱን ግብ እንዲካፈሉ ያበረታታቸዋል።

ሐዋርያው የቆሮንቶስ አማኞች በአምልኮ አገልግሎታቸው ውስጥ እግዚአብሔር ሥርዓትን እና መከባበርን እንደሚጠብቅ አሳስቧቸዋል። በቁጥር 36 ላይ “እግዚአብሔር የሰላም አምላክ ነው እንጂ ግራ የመጋባት አምላክ አይደለም” በማለት ይነግራቸዋል። በዚህ ግራ መጋባት ውስጥ መቆየት የቤተክርስቲያን ፍላጎት ስላልነበረ ጳውሎስ ትክክለኛውን አምልኮ በተመለከተ አንዳንድ መመሪያዎችን እንዲሰጥ ጽፏል።

በቆሮንቶስ የነበረው የአምልኮ ሥርዓት የተለያዩ ነገሮች እንዳሉት ከቁጥር 26 ተመልክተናል፡

1) መዝሙርን መዘመር
2) ትምህርት ወይም ማስተማር
3) መገለጥ- በባህሪው ትንቢታዊ የሆነ
4) ልሳን እና ልሳንን መተርጎም

እነዚህ ክስተቶች የተፈጸሙበት ምንም ዓይነት ቅደም ተከተል ያለው አይመስልም፤ነገር ግን በአጠቃላይ የቤተክርስቲያኑ የአምልኮ ሥርዓት ከላይ የተጠቀሱትን ነገሮች ያካትታል ተብሎ ይጠበቅ ነበር።

ጳውሎስ በአምልኮ ሥርዓት ውስጥ ልሳኖችን መናገር በተመለከተ ለቆሮንቶስ ቤተክርስቲያን የሚከተለውን መመሪያ ሰጥቷል፡

27 በልሳን የሚናገር ቢኖር ሁለት ወይም ቢበዛ ሦስት ሆነው በተራቸው ይናገሩ አንዱም ይተርጉም፤

28 የሚተረጉም ባይኖር ግን በማኅበር መካከል ዝም ይበልና ለራሱና ለእግዚአብሔር ይናገር። (1ኛ ቆሮንቶስ 14)

በቆሮንቶስ ቤተክርስቲያን አማኞች በልሳኖች እንዲናገሩ ተፈቅዶላቸዋል፣ ነገር ግን ሁሉም ነገር አካሉን በማነጽ መደረግ እንዳለበት ማስታወስ ነበረባቸው። ይህ እንዲሆን በልሳኖች የሚናገሩት ጮክ ብለው እና አንድ በአንድ ያደርጉ ነበር፣ እንዲሁም ለልሳኖቻቸው ይተረጎም ዘንድ አስተርጓሚ ይኑረው። ተርጓሚ ከሌለ ዝም ማለት ይኖርባቸዋል። ይልቁንም፣ ለራሳቸው እና ለእግዚአብሔር በልሳኖች በጸጥታ ይናገሩ ነበር (ቁጥር 28 ተመልከቱ) ። የቆሮንቶስ ሰዎች በአምልኮው ውስጥ ሌሎች ስጦታዎችን ለመጠቀም እንዲፈቀድላቸው

124 የወንጌል አጋሮች

በአንድ የአምልኮ ሥርዓት ውስጥ በአደባባይ በልሳን ይናገሩ ዘንድ ሁለት ወይም ሦስት ሰዎች ብቻ መፍቀድ ነበረባቸው።

የትንቢት ስጦታን በተመለከተ ሐዋርያው እንዲህ ብሏል።

29 ነቢያትም ሁለት ወይም ሦስት ሆነው ይናገሩ ሌሎችም ይለዩአቸው፤

30 በዚያ ለሚቀመጥ ለሌላ ግን አንድ ነገር ቢገለጥለት ፊተኛው ዝም ይበል።

31 ሁሉም እንዲማሩ ሁሉም እንዲመከሩ ሁላችሁ በእያንዳንዳችሁ ትንቢት ልትናገሩ ትችላላችሁ።

32 የነቢያትም መናፍስት ለነቢያት ይገዛሉ፤(1ኛ ቆሮንቶስ 14)

በልሳኖች እንደሚናገሩት ሁሉ፤ትንቢት እንዲናገሩ የተፈቀደላቸው ሰዎች ቁጥርም በአምልኮ ሥርዓት ውስጥ በሁለት ወይም በሦስት ብቻ መገደብ ነበረበት። የጌታ ቃል ያለው ሰው ሲናገር ሌሎች አማኞች የሚነገረውን በጥንቃቄ መመርመር ነበረባቸው። በማንኛውም ግለሰብ የተነገረው ቃል በትልቁ አካል መረጋገጥ እና መተርጎም ያስፈልገዋል። ጳውሎስ ለቆሮንቶስ ሰዎች ሲናገር ሁለተኛው ሰው ከጌታ ቃል ከተቀበለ የመጀመሪያው ሰው ተቀምጦ ዝም ማለት እንዳለበት ተናግሯል። በሌላ አነጋገር፣ በአንድ ጊዜ

ትንቢት መናገር የነበረበት አንድ ሰው ብቻ ነው እና ሁሉም ሰው እንዲማር እና እንዲበረታታ መስማት ነበረበት (ቁጥር 31) ፡፡

ጳውሎስ ለቆሮንቶስ ቤተክርስቲያን የሰጠው ምክር በቆሮንቶስ የነበረው የአምልኮ ሥርዓት ምን እንደ ሆነ ፍንጭ ይሰጠናል፡፡ እኔም የማስበው ይህንን ነው፡፡ በቆሮንቶስ ቤተክርስቲያን ለአምልኮ የሚመጡ ሰዎች እርስ በርሳቸው የተገለሉ ይመስሉ ነበር፡፡ በአንድ ጥግ ላይ አንድ ግለሰብ በልሳን ይናገራል፡፡ በሌላ ቡድን መካከል ደግሞ በተመሳሳይ ጊዜ የትንቢት ቃል ይነገራል፡፡ እንዲሁም ከኋላው አንድ ግለሰብ መዝሙር መዘመር ይጀምራል፡፡ በሌላ ጥግ ላይ ደግሞ አንድ ሰው የመጀመሪያው ሰው የሚናገረውን ልሳን ይተረጉማል፡፡ አንዱ ትርጉሙን ሲያዳምጥ ሌላ ሰው ትንቢታዊ ቃል መናገር ይጀምራል፡፡ እየሆነ ባለው ነገር ምንም አይነት ስርዓት ያለ አይመስልም ነበር፡፡ ጳውሎስ ይህን ግራ መጋባት ለመፍታት ሊረዳቸው ተገድዶ ነበር፡፡

ጳውሎስ ለቤተክርስቲያን ሴቶች ዝም እንዲሉ የነገራቸው በዚህ አውድ ውስጥ ነው፡፡

34 ሴቶች በማኅበር ዝም ይበሉ፤ ሕግ ደግሞ እንደሚል እንዲገዙ እንጂ እንዲናገሩ አልተፈቀደላቸውምና፡፡ (1ኛ ቆሮንቶስ 14)

እውነቱን ለመናገር ጳውሎስ ዝም እንዲሉ የተናገራቸው ሴቶችን ብቻ አልነበረም። በልሳን ለሚናገሩት ልሳናቸውን የሚተረጉም ሰው ከሌለ ዝም እንዲሉ ተናግሯቸዋል፡

28 የሚተረጉም ባይኖር ግን በማኅበር መካከል ዝም ይበልና ለራሱና ለእግዚአብሔር ይናገር። (1ኛ ቆሮንቶስ 14)

አንድ ሰው ከጌታ ቃል ከተቀበለ ዝም እንዲሉ ትንቢት ለሚናገሩት ተናግሯቸዋል።

30 በዚያ ለሚቀመጥ ለሌላ ግን አንድ ነገር ቢገለጥለት ፊተኛው ዝም ይበል። (1ኛ ቆሮንቶስ 14)

ጳውሎስ ለቤተክርስቲያን ሁሉ የሰጠው አጠቃላይ ሕግ አንድ ሰው የሚናገር ከሆነ ሌሎቹ ዝም እንዲሉና እንዲሰሙ ነው።

በ1ኛ ቆሮንቶስ 14 ላይ ስለ ሴቶች የሰጠውን የጳውሎስን ምክር ስንመረምር ልንጠይቀው የሚገባን ጥያቄ በቁጥር 34 ላይ ያለው የጳውሎስ ምላሽ በቆሮንቶስ ያለው ሥርዓት አልባ አምልኮ ችግር ብቻ ነው ወይንስ የሁሉም አብያተ ክርስቲያናት አጠቃላይ መርህ ነው የሚለው ነው።

ይህንን ለመመለስ በመጀመሪያ ጳውሎስ “አብያተ ክርስቲያናት” የሚለውን ቃል እንደተጠቀመ አስተውሉ።

34 ሴቶች በማኅበር ዝም ይበሉ፤ ሕግ ደግሞ እንደሚል እንዲገዙ እንጂ እንዲናገሩ አልተፈቀደላቸውምና። (1ኛ ቆሮንቶስ 14)

ብዙ ትርጉሞች “በቅዱሳን ማኅበር ሁሉ እንደ ሆነ” (ከቁጥር 33) የሚለውን ሐረግ በማካተት ከቁጥር 34 የመጀመሪያ ክፍል ጋር እንዲህ ይነበባል፤ “በቅዱሳን ማኅበር ሁሉ እንደሚሆን ሴቶች በቤተክርስቲያን ውስጥ ዝም ይበሉ።” ጳውሎስ በቁጥር 34 ላይ “አብያተ ክርስቲያናት” የሚለውን ብዙ ቁጥር መጠቀሙ በቆሮንቶስ ስላጋጠመው ችግር ብቻ ሳይሆን የእግዚአብሔር ቤተክርስቲያን ልትጠብቀው የሚገባትን አጠቃላይ መሠረታዊ ሥርዓት የሚያመለክት ይመስላል።

ከቁጥር 34 ልናነሳው የሚገባን ሁለተኛው ጠቃሚ ነጥብ በቁጥር ሁለተኛ አጋማሽ ላይ ይገኛል፡

34 ሴቶች በማኅበር ዝም ይበሉ፤ ሕግ ደግሞ እንደሚል እንዲገዙ እንጂ እንዲናገሩ አልተፈቀደላቸውምና። (1ኛ ቆሮንቶስ 14)

ጳውሎስ አንዲት ሴት እንድትናገር ሳይሆን በቤተክርስቲያን ዝም እንድትል ምክንያት የሆነው ሕጉ ስለ መገዛቷ ከሚናገረው ጋር የተያያዘ እንደሆነ ለቆሮንቶስ አማኞች ተናግሯል:: ጳውሎስ የተወሰነውን ሕግ አልጠቀሰም፣ ነገር ግን አጠቃላይ ግንዛቤው ባል የሚስት ራስ እንደሆነ እና እንደ በኩር ወንድ በምድር ላይ የቤተክርስቲያን መንፈሳዊ ራስ እንደሆነ ነበር (ዘፍጥረት 3:16፤ 1ኛ ቆሮንቶስ 11:8-10 ተመልከቱ) :: ከጳውሎስ አንፃር፣ በቤተክርስቲያን ውስጥ ሴቶች ዝም እንዲሉ የሰጠው ትምህርት በሁሉም አብያተ ክርስቲያናት ላይ የሚሰራ እና በእግዚአብሔር ሕግ ላይ የተመሰረተ ነው::

እንዲሁም ሐዋርያው በቁጥር 35 ላይ ለቆሮንቶስ ቤተክርስቲያን አንዲት ሴት መማር ከፈለገች ወደ ቤታቸው ሲመለሱ ባሏን እንድትጠይቅ ይናገራል::

35 ለሴት በማኅበር መካከል መናገር ነውር ነውና፥ ምንም ሊማሩ ቢወዱ በቤታቸው ባሎቻቸውን ይጠይቁ:: (1ኛ ቆሮንቶስ 14)

በቁጥር 35 ላይ ጳውሎስ የሴቲቱን የመማር አቅም እንዳልቀነሰው አስተውሉ:: በጉባኤው ውስጥ ሴቶች መገኘታቸው ከሚሰጠው ትምህርት ለመማር መሆኑ አመላካች ነው:: ጳውሎስ በዕድሜ የገፉ ሴቶች ከባሎቻቸው ጋር ስለ መንፈሳዊ ጉዳዮች በቤታቸው እንዲወያዩ አበረታቷቸዋል::

ሐዋርያው በዚህ ክፍል ምን እያለ ነው? እነዚህን የጳውሎስን መግለጫዎች በመመልከት ሴቶች በአምልኮ ሙሉ በሙሉ ዝም እንዲሉ እያበረታታ እንደሆነ እንወስደዋለን? ጳውሎስ በቤተክርስቲያን ውስጥ ሴቶች ፍጹም ዝም እንዲሉ እየደገፈ መሆኑ ችግር ነው። በብሉይ ኪዳን ያሉ ሴቶች ከወንዶች ጋር በአምልኮ እንዲዘምሩ እንዴት እንደተፈቀደላቸው አይተናል (ዘጸአት 15፡20-21፤ 1ሳሙ. 18፡6-7፤ 2ኛ ዜና 35፡25 ተመልከቱ) ። ኃጢአታቸውንም በአደባባይ ሲናዘዙም ተመልክተናል (ነህምያ 8፡9፤ ዕዝራ 10፡1) ። ሐና ልትጸልይ ወደ ቤተመቅደስ ገባች (1ኛ ሳሙ 1፡2) ። ነቢይቱ ሐና በቤተመቅደስ ውስጥ እያለች የኢየሩሳሌም ቤዛ ስለሆነው ሕፃኑ ኢየሱስ ለሚጠባበቁ ሁሉ ትናገር ነበር (ሉቃስ 2፡38 ተመልከቱ) ኢየሱስ የሳምራዊቷን ሴት ጥያቄዎች በዮሐንስ 4 ላይ መልሷቻዋል። በአዲስ ኪዳን ቤተክርስቲያን ሴቶች ከወንዶች ጋር በግልፅ ይጸልዩ ነበር (ሐዋ 1፡13-14) ።

በ1ኛ ቆሮንቶስ 11 ጳውሎስ ሴቶች በቤተክርስቲያን ሲጸልዩ እና ትንቢት ሲናገሩ ራሳቸውን መከናነብ እንዳለባቸው መክሯል። ጳውሎስ ሴቶች በአምልኮ ስፍራ ሙሉ በሙሉ ጸጥ እንዲሉ መምከሩ ከራሱ የግል ትምህርት እና ከቀረው የመጽሐፍ ቅዱስ ትምህርት ጋር ይቃረናል።

ጳውሎስ እዚህ ላይ የሚናገረውን ለመረዳት ልንረዳቸው የሚገቡን በርካታ ቁልፍ መርሆችን አሉ። የእኛ

130 የወንጌል አጋሮች

የቃላቶች ትርጓሜ፤በእነዚህ መነጽር መመርመር አለበት።

በመጀመሪያ፣ በቁጥር 33 እና 34 ላይ ጳውሎስ አብያተክርስቲያናት ሁሉ ሁለንተናዊ መርህ እያስተማረ መሆኑን እንድንረዳ ያደርገናል፡

33 እግዚአብሔርስ የሰላም አምላክ ነው እንጂ የሁከት አምላክ አይደለምና፤ በቅዱሳንም አብያተ ክርስቲያናት ሁሉ እንዲህ ነው። (1ኛ ቆሮንቶስ 14)

በእነዚህ ጥቅሶች ውስጥ የጳውሎስ መመሪያ ልዩ ችግር ላላት የቆሮንቶስ ቤተክርስቲያን ብቻ ሳይሆን ለሁሉም የክርስቲያን አብያተክርስቲያናት ነው።

ሁለተኛ፣የጳውሎስ አቋም፣ምንም እንኳን አንዳንድ ባህላዊ ገጽታዎች ቢኖሩም፣ ልዩ በሆነ ሁኔታ ባህላዊ ሳይሆን በባህሪው ሥነ-መለኮታዊ ነው።

34 ሴቶች በማኅበር ዝም ይበሉ፤ ሕግ ደግሞ እንደሚል እንዲገዙ እንጂ እንዲናገሩ አልተፈቀደላቸውምና። (1ኛ ቆሮንቶስ 14)

“ሕጉ እንደሚለው” የሚለው ሐረግ ለመከራከሪያዎቹ መሠረት ነው። ይህ የጳውሎስን መግለጫዎች ከባህላዊ ጉዳይ ወደ ሥነ-መለኮታዊ መርህ ይወስደዋል። የጳውሎስ ውይይት ባሕላዊ ብቻ ከሆነ፣ እሱ የሚሠራው በቆሮንቶስ ቤተክርስቲያን ላሉት ሴቶች ብቻ

የሐዋሪያው ጳውሎስ ትምህርት በ1ኛ ቆሮንቶስ 14 131

ነው ማለት እንችላለን። ጳውሎስ አቋሙ በሕጉ ላይ የተመሰረተ እንደሆነ በመግለጽ ይህ ትምህርቱን ከአጥቢያ ችግር ወደ ቤተክርስቲያን ሁሉ ወደሚመለከተው አጠቃላይ ትምህርት ይሸጋግራል።

ሦስተኛ፣ የቀረውን ትምህርቱንና የቅዱሳት መጻሕፍትን ትምህርት ሙሉ በሙሉ በማጤን ጳውሎስ የሚያስተምረውን መተርጎም አለብን። ለመጽሐፍ ቅዱስ ከሁሉ የተሻለው ማብራሪያ የመጽሐፍ ቅዱስ ነው። ጳውሎስ በአምልኮ ሴቶች በሚያደርጉት ጸሎት እና ትንቢቶች ምንም ችግር እንዳልነበረው ቀደም ሲል ተመልክተናል። አዲስ ኪዳንም ሆነ ብሉይ ኪዳን በሕዝብ ሃይማኖታዊ ክብረ በዓላት ላይ በሚናገሩ ሴቶች የተሞላ ነው።

አራተኛ፣ 1ኛ ቆሮንቶስ 14 እንዲሁ በቀጥታ እና በባህላዊ አውድ መተርጎም አለበት። እስቲ ላብራራው።

የቆሮንቶስ ቤተክርስቲያን የአምልኮ አገልግሎት መዝሙርን፣የመጽሐፍ ቅዱስ ትምህርትን፣ትንቢታዊ መገለጦችን እና ልሳኖችን ያቀፈ ነበር። (1ኛ ቆሮንቶስ 14:26 ተመልከቱ።) በእነዚህ አገልግሎቶች ውስጥ ከፍተኛ መጠን ያለው መስተጋብር ነበር። ለምሳሌ አንድ ሰው በልሳን ሲናገር የሚተረጉም ደግሞ ሌላ ሰው ይኖራል (1ኛ ቆሮንቶስ 14:27) አንድ ሰው ትንቢታዊ መገለጥ ካለው፣ የተነገረውን ትንቢት “መመርመር” አለባቸው (1ኛ ቆሮንቶስ 14:29) ። አዳም ክላርክ

በምኩራብ ስለተከናወነው ትምህርት አስተያየቱን እንዲህ ሲል ሰጥቷል።

ማንም ሰው በሙክራብ ውስጥ ጥያቄዎችን እንዲጠይቅ፣እንዲቃወም፣እንዲከራከር፣ለማስተባበል እንዲሞክር ወዘተ ተፈቅዶለታል፣ነገር ግን ይህ ነጻነት ለየትኛዋም ሴት አልተፈቀደም።
(Clarke, Adam, Commentary on the Bible by Adam Clarke (1831), 1 Corinthians 14:34, Marion, Iowa: Laridian, Inc. 2015)

ከዚህ በመነሳት የጥንቷ ቤተክርስቲያን ስብከትና አስተምህሮ ሳይቀር ከጥያቄና ውይይት ጋር መስተጋብር እንደነበረው ይታያል። በሉቃስ 2 ላይ ለዚህ ምሳሌ አለን። በዚህ አጋጣሚ ጌታ ኢየሱስ ገና ልጅ ነበር። ወላጆቹ ወደ ቤት ሲመለሱ፣ ነገር ግን ኢየሱስ በቤተ መቅደስ ውስጥ ከነበሩ አስተማሪዎች ጋር ቆይቶ ነበር። ከጓደኞቹ ጋር እንደሆነ በማሰብ ወላጆቹ ለረጅም ጊዜ አለመኖሩን አላስተዋሉም። አለመኖሩን ባወቁ ጊዜ እርሱን ለማግኘት ወደ ቤተመቅደስ ተመለሱ። እርሱን የት እንዳገኙት እና ምን እያደረገ እንደነበር ተመልከቱ፡

46 ከሦስት ቀንም በኋላ በመምህራን መካከል ተቀምጦ ሲሰማቸውም ሲጠይቃቸውም በመቅደስ አገኙት፤

47 የሰሙትም ሁሉ በማስተዋሉና በመልሱ ተገረሙ:: (ሉቃስ 2)

በማቴዎስ 21 ላይ ስለዚህ መስተጋበር የማስተማር ዘይቤ የተሰጠ ሌላ ምሳሌ አለን፡

23 ወደ መቅደስም ገብቶ ሲያስተምር የካህናት አለቆችና የሕዝብ ሽማግሎች ወደ እርሱ ቀረቡና፡ በምን ሥልጣን እነዚህን ታደርጋለህ? ይህንስ ሥልጣን ማን ሰጠህ? አሉት::

24 ኢየሱስም መልሶ፡ እኔ ደግሞ አንዲት ነገር እጠይቃችኋለሁ፤ እናንተም ያችን ብትነግሩኝ እኔ ደግሞ እነዚህን በምን ሥልጣን እንዳደርግ እነግራችኋለሁ፤

25 የዮሐንስ ጥምቀት ከወዴት ነበረች? ከሰማይን ወይስ ከሰው? አላቸው:: እነርሱም እርስ በርሳቸው ሲነጋገሩ፡ ከሰማይ ብንል፡ እንኪያስ ስለ ምን አላመናችሁበትም? ይለናል፤

26 ከሰው ግን ብንል፥ ዮሐንስን ሁሉም እንደ ነቢይ ያዩታልና ሕዝቡን እንፈራለን አሉ::

27 ለኢየሱስም መልሰው፡ አናውቅም አሉት:: እርሱም ደግሞ፡ እኔም በምን ሥልጣን እነዚህን እንዳደርግ አልነግራችሁም አላቸው:: (ማቴዎስ 21)

ከእነዚህ ጥቅሶች የምንመለከተው ሰዎቹ የኢየሱስን ትምህርት በጥያቄና በክርክር ለማቋረጥ የነበራቸውን ነፃነት ነው። ይህ ምናልባት በጥንቷ ቤተክርስቲያን ይሠራበት የነበረው አሰራር ሳይሆን አይቀርም። ልሳኖች ይተረጉሙ ነበር፣ ትንቢቶችም ይመረመሩ ነበር፣ የመጽሐፍ ቅዱስ ትምህርት ጥያቄ የሚቀርብበት እና ክርክር የተሞላበት ነበር።

በ1ኛ ቆሮንቶስ 14፡35 ጳውሎስ ሴቶቹ ዝም እንዲሉ እና የበለጠ ለመማር ከፈለጉ ባሎቻቸውን በቤት ውስጥ እንዲጠይቁ ይነግራቸዋል፡

35 ለሴት በማኅበር መካከል መናገር ነውር ነውና፥ ምንም ሊማሩ ቢወዱ በቤታቸው ባሎቻቸውን ይጠይቁ። (1ኛ ቆሮንቶስ 14)

ይህ ጳውሎስ የሚፈልገውን ዝምታ አውድ የሚያመለክት ይመስላል። እንግዲህ የሴቶች ዝምታ ከትምህርት ጊዜ ወይም ከቃሉ ስብከት እና ውይይት ጋር የተያያዘ ነው። ወንዶች ትምህርቱን የማስተማር ኃላፊነት ተሰጥቷቸዋል። ሌሎች ሰዎች መምህሩ በሚናገረው ላይ ሙግት እና ክርክር ይዘዋል። ጳውሎስ በዚህ ውይይትና ክርክር ወቅት ሴቶች ዝም እንዲሉና እንዲያዳምጡ እየነገራቸው ያለ ይመስላል። የቤተክርስቲያን መሪ አስተምህሮን በአደባባይ የምትቃወም አንዲት ሴት ታዛዥ እንደሆነች አትታይም።

ይህ ሲባል ሴቶቹ ስለሚማሩት ነገር ጥያቄ አይኖራቸውም ማለት አይደለም። በተማረችው ትምህርት ላይ አንዳንድ አስፈላጊ እርማት ወይም ተጨማሪ ነገሮች ሊኖራት ይችላል። እሷ ግን መንፈሳዊ መሪዋን በይፋ እንድትቃወም ሳይሆን ከባለቤቷ ጋር በቤት ውስጥ እንድትወያይ ትበረታታለች። የምታቀርበው ተገቢ የሆነ ነጥብ ካላት፣ ባሏ ወደ መሪው በመውሰድ ከእሱ ጋር ሊወያይበት ይችላል። እንግዲህ በተገቢው መንገድ በማለፍ እግዚአብሔር የሾመውን አመራር ማክበር አለባት።

በጥንቷ ቤተክርስቲያን የሴቶች ግብአት ጠቃሚ ነበር። ነገር ግን እግዚአብሔር ከፍጥረት ለሾመው አመራር መገዛት ነበረባቸው። ከአመራራቸው ጋር የሚወያዩባቸው ጉዳዮች ያጋጠሟቸው ሴቶች በህዝባዊ ስብሰባዎች ላይ ይህን እንዳያደርጉ ይበረታታሉ፤ይሁን እንጂ ጉዳዩን ከባለቤታቸው ጋር በመወያየት ተገቢውን እርምጃ እንዲወስዱ ይደረግ ነበር። በዚህ የመጽሐፍ ቅዱስ ክፍል የጳውሎስ ሃሳብ የሆነው በአምልኮ አገልግሎት ሥርዓት ውስጥ እግዚአብሔር የሾመውን የቤተክርስቲያን አመራር ማክበር ነው።

ለምልከታ፡

በቆሮንቶስ ቤተክርስቲያን ስላለው የአምልኮ ሥርዓት ምን እንማራለን? የቤተክርስቲያናችሁ የአምልኮ ዘይቤ በቆሮንቶስ ጥቅም ላይ ከዋለበት መንገድ በምን ይለያል?

የጥንቷ ቤተክርስቲያን የአምልኮ ከሥርዓቶች በባህሪያቸው ከውይይቶችና ከክርክር ጋር መስተጋብር የሚፈጥሩ ይመስሉ ነበር። የዚህ የአምልኮ ዘይቤ ጥንካሬዎች ምን ምን ናቸው? የዚህ የአምልኮ ዘይቤ ደካማነትስ ምንድን ነው?

በአምልኮ አገልግሎት ውስጥ ሥርዓት ምን ያህል አስፈላጊ ነው?

ጳውሎስ በእነዚህ ጥቅሶች ውስጥ አንዳንድ ጠቃሚ መርሆችን ያስተምራል። ሐዋርያው እዚህ የሚያስተምረው በጊዜው ለነበረችው ለቆሮንቶስ ቤተክርስቲያን ብቻ ሳይሆን ለሁሉም አብያተ ክርስቲያናት መሆኑን እንዴት እናውቃለን?

በክርክር ውስጥ የሴቶች ዝምታ እንዴት የመከባበር እና የመገዛት ምልክት ይሆናል?

የሐዋሪያው ጳውሎስ ትምህርት በ1ኛ ቆሮንቶስ 14 137

ጳውሎስ በቤተክርስቲያን ውስጥ የሴቶችን የእውቀት ተሳትፎ ያበረታታል? በቀደመችው ቤተክርስቲያን ውስጥ ያሉ ሴቶች ለመማር እና ለማደግ የሚበረታቱት እንዴት እንደሆነ የሚያሳይ አንዳንድ ምሳሌዎችን ስጥ።

ለጸሎት፡

እርሱን ለማምለክ እና በክርስትና እምነታችን ማደግ እንችል ዘንድ ላሳየን ልዩ ልዩ የሆኑ መንገዶች ጌታን አመስግኑት።

የቤተክርስቲያናችሁ የአምልኮ ዘይቤ የሚያበረታታ እና የሚሳተፉትን የሚባርክ መሆኑን ለማወቅ ጌታ ጥበብ እንዲሰጣችሁ ጠይቁ።

በቤተክርስቲያን ውስጥ ስልጣን የሰጣቸውን ለማክበር ጌታ እንዲረዳችሁ ጠይቁት። ሥልጣናቸውን የሚቃወሙ ነገሮችን በስህተት የተናገራችሁባቸውን ጊዜያት እግዚአብሔርን ይቅር እንዲላችሁ ለምኑት።

በቤተክርስቲያናችሁ እና በትምህርቷ የሚያሳስባችሁን ችግሮች ለመፍታት ትችሉ ዘንድ እንዲሁም የምታልፉበትን ትክክለኛ መንገድ ታውቁ እና ዓላማውን

እና እሱ የሾመውን አመራር ታከብሩ ዘንድ ጌታ እንዲረዳችሁ ጥይቁት፡፡

ምዕራፍ 7 - የሐዋሪያው ጳውሎስ ትምህርት በ1ኛ ጢሞቴዎስ 2

አሁን ሴቶች በቤተክርስቲያን ያላቸውን ሚና ወደምንመለከትበት የመጨረሻው የጳውሎስ ትምህርት ክፍል ደርሰናል። ሐዋርያው ለጢሞቴዎስ ሲጽፍ እንዲህ ይላል፡-

8 እንግዲህ ወንዶች በስፍራ ሁሉ አለ ቍጣና አለ ክፉ አሳብ የተቀደሱትን እጆች እያነሱ እንዲጸልዩ እፈቅዳለሁ።

9-10 እንዲሁም ደግሞ ሴቶች በሚገባ ልብስ ከእፍረትና ራሳቸውን ከመግዛት ጋር ሰውነታቸውን ይሸልሙ፤ እግዚአብሔርን እንፈራለን ለሚሉት ሴቶች እንደሚገባ፥ መልካም በማድረግ እንጂ በሽሩባና በወርቅ ወይም በዕንቍ ወይም ዋጋው እጅግ በከበረ ልብስ አይሸለሙ።

11 ሴት በነገር ሁሉ እየተገዛች በዝግታ ትማር፤

12 ሴት ግን በዝግታ ትኑር እንጂ ልታስተምር ወይም በወንድ ላይ ልትሰለጥን አልፈቅድም።

13 አዳም ቀድሞ ተፈጥሮአልና፥ በኋላም ሔዋን ተፈጠረች።

14 የተታለለም አዳም አይደለም፥ ሴቲቱ ግን ተታልላ በመተላለፍ ወደቀች፤

15 ነገር ግን በእምነትና በፍቅር በቅድስናም ራሳቸውን እየገዙ ቢኖሩ በመውለድ ትድናለች። (1ኛ ጢሞቴዎስ 2)

ሐዋርያው ቅዱስ እጆችን ያለ ቁጣ እና ጠብ ባለማንሳት እንዲጸልዩ ወንዶችን በማሳሰብ ይጀምራል። የእነዚህን ጥቅሶች ባህላዊ አውድ መረዳታችን አስፈላጊ ነው። ባለፈው ምዕራፍ በቆሮንቶስ የነበረውን የአምልኮ ሥርዓት መርምረናል። እነዚህ አገልግሎቶች በጣም መስተጋብር ያላቸው የሚመስሉ እና በልሳኖች መናገር እና የተነገሩትን ልሳኖች መተርጎምን፣ ትንቢትን እና የትንቢትን ቃልን መመርመር፣ የመጽሐፍ ቅዱስ ትምህርት እና በምልከታ ላይ ያለውን ምንባብ ውይይት ያካትታል። በአይሁድ ምኩራብ ውስጥ እነዚህ ውይይቶች በጣም የሞቁ ሊሆኑ ይችላሉ፤ ይህም ወደ ጠብና ንዴት ሊያመራ ይችላል። የሐይማኖት መሪዎቹ ኢየሱስ በቤተ መቅደሱ ውስጥ ላስተማረው ትምህርት የሰጡት ምላሽ ለዚህ ምሳሌ ነው። አንዳንድ ጊዜ

ኢየሱስን ሊገድሉት ፈልገው ከቤተ መቅደሱ ይወጡ ነበር።

ለምሳሌ በማቴዎስ 21 ላይ ተመዝግበው የሚገኙትን የኢየሱስን እና የካህናት አለቆችን ሁለት ግንኙነቶች ተመልከቱ።

14 በመቅደስም ዕውሮችና አንካሶች ወደ እርሱ ቀረቡና ፈወሳቸው።

15 ነገር ግን የካህናት አለቆችና ጻፎች ያደረገውን ድንቃ ድንቅ በመቅደስም፦ ሆሣዕና ለዳዊት ልጅ እያሉ የሚጮኹትን ልጆች ባዩ ጊዜ፥ ተቈጥተው፦

16 እነዚህ የሚሉትን አትሰማምን? አሉት። ኢየሱስም፦ እሰማለሁ፤ ከሕፃናትና ከሚጠቡት አፍ ምስጋናን ለራስህ አዘጋጀህ የሚለውን ቃል ከቶ አላነበባችሁምን? አላቸው።

17 ትቶአቸውም ከከተማ ወደ ቢታንያ ወጣ በዚያም አደረ። (ማቴዎስ 21)

የካህናት አለቆችና ጸሐፍት ኢየሱስን አቋርጠውት በቤተመቅደሱ ያለውን አገልግሎት እንደተቃወሙት አስተውሉ። በኢየሱስ እና በሚያደርገው ነገር ተቆጥተው ነበርና (ቁጥር 15 ተመልከቱ) ። ይህም በመጨረሻ ኢየሱስ ቤተመቅደሱን ለቆ ወጣ።
በኢየሱስና በሊቀ ካህናቱ መካከል በቤተ መቅደሱ ውስጥ ስላጋጠሙት ሌላ ሁኔታ ደግሞ ተመልከቱ። በዚህ ጊዜ

ኢየሱስ ለማዳመጥ የተሰበሰቡትን እያስተማራቸው ነበር፡፡

23 ወደ መቅደስም ገብቶ ሲያስተምር የካህናት አለቆችና የሕዝብ ሽማግሎች ወደ እርሱ ቀረቡና፦ በምን ሥልጣን እነዚህን ታደርጋለህ? ይህንስ ሥልጣን ማን ሰጠህ? አሉት፡፡

24 ኢየሱስም መልሶ፦ እኔ ደግሞ አንዲት ነገር እጠይቃችኋለሁ፤ እናንተም ያችን ብትነግሩኝ እኔ ደግሞ እነዚህን በምን ሥልጣን እንዳደርግ እነግራችኋለሁ፤

25 የዮሐንስ ጥምቀት ከወዴት ነበረች? ከሰማይን ወይስ ከሰው? አላቸው፡፡ እነርሱም እርስ በርሳቸው ሲነጋገሩ፦ ከሰማይ ብንል፦ እንኪያስ ስለ ምን አላመናችሁበትም? ይለናል፤

26 ከሰው ግን ብንል፥ ዮሐንስን ሁሉም እንደ ነቢይ ያዩታልና ሕዝቡን እንፈራለን አሉ፡፡

27 ለኢየሱስም መልሰው፦ አናውቅም አሉት፡፡ እርሱም ደግሞ፦ እኔም በምን ሥልጣን እነዚህን እንዳደርግ አልነግራችሁም አላቸው፡፡

በዚያን ቀን ስለነበረው የኢየሱስ ትምህርት ይዘት መነጋገር ዓላማችን ባይሆንም ልናስተውለው የሚገባን ነገር እነዚህ የካህናት አለቆች የኢየሱስን ትምህርት እንዲያቋርጡ እና ሥልጣኑን እንዲጠይቁ ነጻ

መሆናቸው ነው። በመጨረሻ፣ ኢየሱስ የሰጣቸው መልሶች እነዚህን መሪዎች እንዲናደዱ እና ወደ ጠብ እንዲገቡ አድርጓቸው ነበር።

የቀደሙት አማኞች የመጡት ከዚህ የባህል አውድ ነበር። ወንዶች በቤተመቅደስ ውስጥ የሚያስተምሩትን ለመነጋገር፣ ለመጠየቅ እና ለመከራከር ነፃ ሲሆኑ ሌሎች ደግሞ ያዳምጡ ነበር። አለመግባባቶች ወደ ቁጣና ጠብ የሚያመራባቸው ጊዜያት ነበሩ። በዚህ ምክንያት ነው ጳውሎስ ክርስቲያን ወንዶች በሚጸልዩበት ጊዜ የተቀደሱ እጆችን እንዲያነሱ የመከራቸው። ቅዱስ እጆች በኃጢአት ያልተበከሉ እጆች ነበሩና። በዚህ ሁኔታ ከቁጣ እና ጠብ ነጻ ነበሩ። በሌላ አነጋገር፣ ጳውሎስ ሰዎች ወደ አምልኮ ሲመጡ ንዴታቸውን እና ልዩነታቸውን ወደ ጎን እንዲያስወግዱ ይጠይቃቸዋል።

ከዚያም ጳውሎስ ከወንዶቹ ጋር አብረው ለመጸለይ በተሰበሰቡት ሴቶች ላይ ትኩረቱን ያደርጋል። ወንዶች ቁጣቸውን ወደ ጎን በመተው ወደ እግዚአብሔር በተቀደሱ እጆች መጸለይ ሲገባቸው ሴቶች ግን ቁጥብ እና እራሳቸውን የሚገዙ መሆን ይኖርባቸዋል።

9-10 እንዲሁም ደግሞ ሴቶች በሚገባ ልብስ ከእፍረትና ራሳቸውን ከመግዛት ጋር ሰውነታቸውን ይሸልሙ፤ እግዚአብሔርን እንፈራለን ለሚሉት ሴቶች እንደሚገባ፥ መልካም በማድረግ እንጂ በሽሩባና በወርቅ ወይም

በዕንቍ ወይም ዋጋው እጅግ በከበረ ልብስ አይሸለሙ:: (1ኛ ጢሞቴዎስ 2)

ጳውሎስ ሴቶች ወደ አምልኮ ሲመጡ የተከበረ ልብስ እንዲለብሱ ያስተምራቸዋል:: ጸጉራቸውን፣ ወርቃቸውን፣ ዕንቁውንና ውድ ልብሶቻቸውን የሚያሳዩበት የአምልኮ ሥርዓት እንዳልሆነ ያስታውሳቸዋል (ቁጥር 9 ተመልከቱ) :: ይልቁንም ሴቶች እርሱን በታማኝነት እንደሚያገለግሉት ፈሪሃ እግዚአብሔር ያለው ባህሪ ይዘው ወደ ጌታ ፊት መምጣት ይኖርባቸዋል:: ይህ ከውድ ልብሶቻቸው እና ጌጣጌጦቻቸው የበለጠ ጌታን ያስደስተዋል::

ጳውሎስ ለሴቶች ሌላ መመሪያ ለመስጠት በቁጥር 11 ይቀጥላል፡

11 ሴት በነገር ሁሉ እየተገዛች በዝግታ ትማር፤(1ኛ ጢሞቴዎስ 2)

የቁጥር 8ን አውድ አስታውሱ:: ወንዶች የሚያስተምሩትን እንዲሞግቱ ቢፈቀድላቸውም ይህ መብት ለሴቶች አልተሰጠም:: ጳውሎስ ሴቶች በጸጥታና በመገዛት መማር እንዳለባቸው ለጢሞቴዎስ ይነግረዋል:: ጳውሎስ በቁጥር 12 እንዲህ ሲል ይቀጥላል፡

12 ሴት ግን በዝግታ ትኑር እንጂ ልታስተምር ወይም በወንድ ላይ ልትሰለጥን አልፈቅድም። (1ኛ ጢሞቴዎስ 2)

ጳውሎስ አንዲት ሴት በወንድ ላይ እንድታስተምር ወይም እንድትገዛ አልፈቀደም። ይህን ሐረግ አንድ ላይ መያዛችን አስፈላጊ ነው። ጳውሎስ ሴቶች በፍጹም ማስተማር አይችሉም እያለ አይደለም። እንዲያውም፣ በመጽሐፍ ቅዱስ ውስጥ ሴቶች በማስተማራቸው የተመሰገኑበት አልፎ ተርፎም እንዲያስተምሩ የታዘዙባቸው አጋጣሚዎች አሉ። የምሳሌ ጸሐፊው አንባቢዎቹ የእናታቸውን ትምህርት እንዳይተዉ ያዝዛቸዋል፡

8 ልጄ ሆይ፥ የአባትህን ምክር ስማ፥ የእናንትህንም ሕግ አትተው፤

9 ለራስህ የሞገስ ዘውድ ለአንገትህም ድሪ ይሆንልሃልና። (ምሳሌ 1)

የእናት ትምህርት ከራስ የሞገስ ዘውድ እንዲሁም ለአንገት ከሚሆን ድሪ ጋር ይመሳሰላል። እግዚአብሔርን በምትፈራ እናት የተማረ ልጅ የተከበረ ልጅ ነው።

ጳውሎስ በቲቶ 2 ላይ በእድሜ ከፍ ያሉ ሴቶች ወጣት ሴቶችን እንዲያስተምሩ አዟል፡

3 እንዲሁም አሮጊቶች ሴቶች አካሄዳቸው ለቅዱስ አገልግሎት የሚገባ፥ የማያሙ፥ ለብዙ ወይን ጠጅ የማይገዙ፥ በጎ የሆነውን ነገር የሚያስተምሩ ይሁኑ፤

4-5 ቆነጃጅትም የእግዚአብሔር ቃል እንዳይሰደብ፥ ባሎቻቸውን የሚወዱ፥ ልጆቻቸውን የሚወዱ፥ ራሳቸውን የሚገዙ፥ ንጹሖች፥ በቤት የሚሠሩ፥ በጎዎች፥ ለባሎቻቸው የሚታዘዙ እንዲሆኑ ይምከሩአቸው። (ቲቶ 2)

ጳውሎስ የጢሞቴዎስ እናት እና አያት ቅን እምነትን በማስተማር እና በማስተላለፍ ረገድ ያላቸውን ሚና ተገንዝቦ ነበር፡

5 በአንተ ያለውን ግብዝነት የሌለበትን እምነትህን አስባለሁ፤ ይህም እምነት ቀድሞ በአያትህ በሎይድ በእናትህም በኤውንቄ ነበረባቸው፥ በአንተም ደግሞ እንዳለ ተረድቼአለሁ። (2ኛ ጢሞቴዎስ 1)

ጳውሎስ "ሴት ልታስተምር ወይም በወንድ ላይ ልትገዛ አልፈቅድም" ሲል ስለማንኛውም ትምህርት ሳይሆን በወንድ ላይ መሰልጠንን ስለሚስተምረው ትምህርት ነው። የጳውሎስ ክርክር ጾታን መሠረት ባደረገ የማሰብ ችሎታ መካከል ባለው ልዩነት ሳይሆን አዳም አስቀድሞ መፈጠሩን በመጥቀስ ነው፡

13 አዳም ቀድሞ ተፈጥሮአልና፥ በኋላም ሔዋን ተፈጠረች። (1ኛ ጢሞቴዎስ 2)

ቁጥር 13ን "ና" በሚለው ቃል እንዴት እንደጀመረ ተመልከቱ። ይህ የሚያመለክተው በቁጥር 12 ላይ የቀረበው የመከራከሪያ ምክንያት መሆኑን ነው። ሴቶች እንደ ወንድ የማሰብ ችሎታ እና የማስተማር ችሎታ ያላቸው ሲሆኑ እግዚአብሔር ግን አዳምን አስቀድሞ ፈጥሮ ራስ እና መሪ አድርጎ ሾመው። የበኩር ራስ እንደመሆኑ፣ የቤተክርስቲያን ዋና መሪ እና አስተማሪ መሆን የወንድ ኃላፊነት ነው። ይህ፣ በጳውሎስ ገለጻ መሰረት፣ እግዚአብሔር ከፍጥረት ጀምሮ ያሰበው ነው።

ሁለተኛ 1ኛ ጢሞቴዎስ 2፡14 የሚናገረውን አስተውሉ፣ ጳውሎስም የመከራከሪያ ነጥቡን መሰረት ያደረገው የተታለለችው ሔዋን እንጂ አዳም አይደለም በሚል ነው።

14 የተታለለም አዳም አይደለም፥ ሴቲቱ ግን ተታልላ በመተላለፍ ወደቀች፤ (1ኛ ጢሞቴዎስ 2)

ሐዋርያው አዳም የተከለከለውን ፍሬ በልቶ ሳለ አልተታለለም እንዴት ይላል? ጳውሎስ የተላለፈችው ሔዋን ናት ብሎ እንደተናገረ እና ሆኖም ይህን ተመሳሳይ ክስ በአዳም ላይ እንዳላመጣ አስታውሉ።

ይሁን እንጂ የተቀሩት የመጽሐፍ ቅዱስ ክፍሎች አዳም ሐጢአተኛ እንደ ነበር በግልጽ ያስቀምጣል፡

7 እነርሱ ግን እንደ አዳም ቃል ኪዳንን ተላልፈዋል፤ በዚያም ላይ ወንጀለውኛል። (ሆሴዕ 6)

ጳውሎስ እዚህ እያስተማረ ያለውን ነገር ለማወቅ በዚያን ጊዜ ሰይጣን ሔዋንን በኤደን ገነት ሲፈትናት ከነበረው አንጻር ልንረዳው ይገባል። ዘፍጥረት 3፡1-7 በዚያን ቀን የሆነውን ነገር ይተርክልናል። በታሪኩ ውስጥ ሰይጣን ከሔዋን ጋር ይነጋገር ነበር። በዚያ ውይይት መልካሙን እና ክፉውን ከሚያስታውቀው ዛፍ የመብላትን ጥቅም በተመለከተ ይከራከሩ ነበር። ሔዋን ከዛፉ እንዳትበላ የእግዚአብሔርን ትእዛዝ ብታውቅም (ዘፍጥረት 3፡2 ተመልከቱ) ፣ የሰይጣን መከራከሪያዎች በጣም ማራኪ ነበሩ። ሔዋንን ከዛፉ ፍሬ ወስዳ እንድትበላ አሳመናት።

እስቲ ቆም ብለን በዚያ ትክክለኛ ሰዓት የሆነውን ነገር እናስብ። ሔዋን እግዚአብሔርን አልታዘዘችም። ይህ የመጀመሪያው ኃጢአት ነበር። በምድር ታሪክ ውስጥ ለመጀመሪያ ጊዜ የሰው ልጅ በእግዚአብሔር ላይ አመጸ። የድርጊቱ ተፅዕኖ በጣም ትልቅ ነበር። ሃፍረት (ዘፍጥረት 3፡7) ፣ ከእግዚአብሔር መለየት (ዘፍጥረት 3፡8)፣ ፍርሃት (ዘፍጥረት 3፡10)፣ ትዕቢት (ዘፍጥረት 3፡11-13)፣ ህመምና ስቃይ (ዘፍጥረት 3፡16)፣

የግንኙነት መቋጥ (ዘፍጥረት 3:16)፣ የምድር እርግማን (ዘፍጥረት 3:17) እና ሞትን አምጥቷል። (ዘፍ 3:18) ። በዚያች አጭር ጊዜ፣ የኃጢአት በሽታ በምድር ላይ ተለቀቀ። ከዚያን ጊዜ ጀምሮ የተወለደ ሰው ሁሉ በኃጢአት እርግማን ሥጋ ውስጥ እየኖረ ከእግዚአብሔር የተለየ ሆኗል። የሰው ልጅ ሕይወት በዚህ ምድር ላይ አጭር እንዲሆን እና ሞት የተረጋገጠ መሆኑን በመረዳት እንዲኖር ሆኗል። ሔዋን የዚያን ቀን የሰራችው ሥራ ውጤት ይህ ነበር። በዚያን ጊዜ ሔዋን የኃጢአትን እርግማን በምድር ላይ አመጣች። የመጀመሪያዋ ኃጢተኛም ሆነች። ይህ ሁሉ የሆነው የተከለከለውን ፍሬ ለአዳም ከማምጣቷ በፊት ነው።

ጳውሎስ ስለ ሔዋን የተናገረው ሐሳብ አንዲት ሴት ማስተማር ወይም በወንድ ላይ መሰልጠን እንደማይገባት ባስተማረው ትምህርት ውስጥ መሆኑን አስታውሱ። ሴት እንድታስተምር ባለመፈቀዱ እና ወንድ አስቀድሞ መፈጠሩን እና ሔዋን በሰይጣን መታለሏን በሚናገረው ንግግር መካከል ያለው ግንኙነት ምንድን ነው?

በዚህ ቁጥር ውስጥ ሁለት የመጀመሪያዎች እንዳሉ አስተውሉ። መጀመሪያ የተፈጠረው ወንድ ነው፤እንዲሁም በመጀመሪያ የተታለለችው ሴት ናት። በሁለቱም ክስተቶች ላይ አንድምታዎች ነበሩ። ወንድ አስቀድሞ የተፈጠረ በኩር በመሆኑ መንፈሳዊ ራስ የመሆን ግዴታ እና ኃላፊነት ተጥሎበታል። ሔዋን

በመጀመሪያ የተታለለች ሲሆን፤በጣም በተለየ ሚና እና ኃላፊነት ይኖርባታል፡-

15 ነገር ግን በእምነትና በፍቅር በቅድስናም ራሳቸውን እየገዙ ቢኖሩ በመውለድ ትድናለች። (1ኛ ጢሞቴዎስ 2)

ጳውሎስ ሴቶች "በእምነትና በፍቅር እንዲሁም በቅድስና ራሳቸውን በመግዛት" ከቀጠሉ ልጅ በመውለድ እንደሚድኑ አሳስቧቸዋል። (1ኛ ጢሞቴዎስ 2) ይህንን ጥቅስ የምንረዳባቸው ሁለት መንገዶች አሉ።

በመጀመሪያ፣ "መዳን" የሚለው ቃል ሁልጊዜ ከኃጢአት ስለ መዳን ለመናገር ጥቅም ላይ የሚውል አይደለም። በቀጥታ ከችግር መዳን ወይም በአስቸጋሪ ወይም ገዳይ ሁኔታ ውስጥ መጠበቅ ማለት ነው። ምናልባት ጳውሎስ ሴቶችን በመውለዳቸው ህመም ሲሰማቸው፣ጌታ በዚህ ስቃይ እንደሚጠብቃቸው እና በልጆች እንደሚባርካቸው እየነገራቸው ሊሆን ይችላል። ይህን የእግዚአብሔርን ጸጋ አቅልለው ሊመለከቱት አይገባም። እግዚአብሔርን በማመስገን ሴቶች በእምነት፣ በፍቅር፣ በቅድስና እና ራስን በመግዛት መመላለስ ይገባቸዋል።

ነገር ግን ልንመለከተው የሚገባን ሁለተኛ እና ይበልጥ ጠቃሚ የሆነ ትርጓሜ አለ። በዚህ ትርጓሜ "መዳን" የሚለው ቃል ከኃጢአት እና የኃጢአት እርግማን መዳንን እንደሚያመለክት እንረዳለን። እግዚአብሔር

በዚህ ተፈጥሯዊ በሆነው ልጅ የመውለድ ሂደት አማካኝነት የእግዚአብሔር ሕዝብ መዳንን እንደሚያመጣ ጳውሎስ ለሴቶች እየነገራቸው ነው፡፡ አንድ ቀን እንድ መልአክ ማርያም ለምትባል ወጣት ተገልጦ እንደምትፀንስና ወንድ ልጅ እንደምትወልድ፤እርሱም ሕዝቡን ከኃጢአታቸው እንደሚያድናቸው እና ስሙንም ኢየሱስ እንደምትለው ተናገራት፡፡ (ሉቃስ 1፡26-33፤ ማቴዎስ 1፡21) ፡፡ በህመምና ስቃይ ማርያም ልጇን ወለደችው፡፡ ይህ ልጅ ህዝቡን ከውድቀት መዘዝ ነፃ ያወጣል፡፡ ሴቲቱ ሔዋን በኤደን ገነት በሩን በከፈተች ጊዜ ኃጢአት ወደ ምድር መጣ፡፡ እንዲሁም መዳን በማህፀኗ ፍሬ በኩል ይመጣል፡፡

ጳውሎስ ምን እያለ ነው? እግዚአብሔር ዓላማ አለው እያለ ነው፡፡ ያ አላማ ወንዶችንም ሴቶችንም ያጠቃልላል፤ሆኖም ሚናቸው የተለያየ ነው፡፡ ምክንያቱም ወንዶች መጀመሪያ የተፈጠሩት በቤተክርስቲያናቸው እና በቤተሰባቸው ውስጥ መንፈሳዊ መሪ ይሆኑ ዘንድ ነው፡፡ ሴት ያንን ሚና አትወስድም፤ይልቁንም እግዚአብሔር ለእሷ ሌላ ሚና ነበረው፡፡ እስከ ምድር ዳርቻ ድረስ መዳንን የሚያመጣውን ልጅ ትወልዳለችና፡፡

በ1ኛ ጢሞቴዎስ 2 ላይ፣ አዳም በመጀመሪያ የተፈጠረ እና የቤቱ እና የቤተክርስቲያኑ መሪ እንዲሆን በእግዚአብሔር ስለታዘዘ፣ ሴቶች በጸጥታ እና በመገዛት

እንዲማሩ ጳውሎስ ይመክራል። እሷም ያንን ሚና እንዲጠቀም እና ለመሪነቱ እንዲገዛ መፍቀድ ነበረባት። በተጨማሪም ሴቶች በቤተክርስቲያን መንፈሳዊ መሪዎች እንዲሆኑ በእግዚአብሔር ባይታዘዙም ወሳኝ ሚና እንደነበራቸውም ያስታውሳል። በወለዷቸው ልጆች የእግዚአብሔርን ማዳን ወደዚች ምድር ማምጣት ነበረባቸው። እያንዳንዱ ሕፃን ሲወለድ፣ እስከ ጌታ ኢየሱስ ልደት ከዚያም እሱ ወደሚያቀርበው መዳን የሚወስደውን ሰንሰለት ይሰራል ማለት ነው። እያንዳንዱ ሕፃን ከክርስቶስ በኋላ ሲወለድ፣ የእግዚአብሔር መንግሥት ትሰፋለች፣ የጌታም ምጽዓት እየቀረበ ይመጣል። ያ የመጨረሻ ልጅ፣እንደ እግዚአብሔር ዓላማ ሲወለድ፣ ጌታ ተመልሶ ይመጣል፣ ከዚያም የህዝቡ መዳን ፍጹም ይሆናል። ጳውሎስ ወንዶችና ሴቶች እግዚአብሔር ከጥንት ጀምሮ የሰጣቸውን ሚና እንዲቀበሉ ይሞግት ነበር።

የጳውሎስ ሥነ-መለኮት በቤተክርስቲያን ውስጥ ያለው የወንዶችና የሴቶች ሚና ከእግዚአብሔር የፍጥረት ዓላማ ጋር በጥብቅ የተያያዘ እንደሆነ ያስረዳል። ጳውሎስ ሴቶች በወንድ ላይ እንዲያስተምሩ ወይም እንዲገዙ መከልከሉ ከችሎታቸው ጋር ምንም ግንኙነት አይኖረውም፤ነገር ግን ሁሉም ነገር ከእግዚአብሔር ዓላማ ጋር የተያያዘ ነው። እዚህ የኛ ጉዳይ ሴት እንደ ወንድ መምራት መቻሏ አይደለም፤ነገር ግን እግዚአብሔር የሚፈልገውን ለመቀበል ዝግጁ

መሆናችን እና መንግስቱን እንዴት ወደፊት እንደምናራምድ ነው።

ለምልከታ፡

ስለ ጥንቷ ቤተክርስቲያን እና የሚያስተምሩትን ስለመከራከር እና የመሞገት ነፃነት በተመለከተ ምን እንማራለን?

መምህርን መጠየቅ እና መሞገት የአስተማሪውን ስልጣን የሚገዳደረው በምን ደረጃ ላይ ነው?

ጳውሎስ በአምልኮ አገልግሎቶች ውስጥ ሴቶች ፍጹም ዝም እንዲሉ ያዝዛልን? ሴቶች በአምልኮ ጊዜ በወንዶች ፊት ምን እንዲያደርጉ ተፈቅዶላቸዋል?

ጳውሎስ ሴቶች ወንድን ማስተማር ወይም በወንድ ላይ መሰልጠን የለባቸውም የሚለው አቋሙ ምን ዓይነት ሥነ-መለኮታዊ መሠረት አለው?

ጳውሎስ ሴቶች ለአምልኮ ሲመጡ ጨዋነትን እንዲላበሱ ያበረታታቸው ነበር። ጨዋነትን እንዴት ትገልጹታላችሁ? ለምንድን ነው የአምልኮ ሥርዓቱ

ሴቶች ማራኪ ልብሶችን የሚለብሱበት ሥፍራ ያልሆነው?

መጽሐፍ ቅዱስ ሴት ምንም እንዳታስተምር ይከለክላልን? ሐዋርያው ሴቶች እንዲያስተምሩ ያበረታታቸው በየትኞቹ

ሔዋን የኃጢአትን በር መክፈቷ ምን ተጽዕኖ አመጣ? እግዚአብሔር ለኃጢአት ችግር መፍትሄን ለማምጣት ሴቶችን እንዴት ተጠቀመባቸው?

ለጸሎት፡

ኃጢአት ይህችን ምድር ባጠፋበት ጊዜ ጌታ ኢየሱስ መዳንን ለማምጣት ከሴት በመወለዱ ጌታን አመስግኑ።

መንገዱን እንዲያስተምሯችሁ ለሾማቸው ሰዎች አክብሮት ታሳዩ ዘንድ እንዲረዳችሁ ጌታን ለምኑት። በነዚህ ግለሰቦች ህይወት ላይ ስላደረገው ስጦታ እና ጥሪ ጌታን አመስግኑት።

ለቤተክርስቲያን ባለው ዓላማ በመገዛት ትመላለሱ ዘንድ እንዲረዳችሁ ጌታን ለምኑት:: በዓላማው ላይ በማንኛውም መንገድ እያመፃችሁ እንደሆነ እንዲያሳያችሁ ጠይቁት::

ምዕራፍ 8 -

የአተገባበር መርህዎች

ባለፉት ሰባት ምዕራፎች ውስጥ የመጽሐፍ ቅዱስን ትምህርት በወንዶችና በሴቶች አገልግሎት ላይ ያላቸውን ልዩ ልዩ ሚና መርምረናል። ስለዚህ ጉዳይ የሚያስተምሩትን ምንባቦች በመተርጎም እና በመመርመር ታማኝ እንደሆንኩ አምናለሁ። ነገር ግን ይህ መጽሐፍ እነዚህን ትምህርቶች በቤተክርስቲያን ሕይወት ውስጥ እንዴት ተግባራዊ ማድረግ ይቻላል የሚሉ ጥያቄዎችን እንደሚያስነሳ አልጠራጠርም። ሁሉም አማኞች እነዚህን እውነቶች በተመሳሳይ መንገድ ተግባራዊ ያደርጋሉ ማለት አይደለም። በዚህ የማጠቃለያ ምዕራፍ ውስጥ የተማርናቸውን እውነቶች አስተሳስባችሁን እና አተገባበርን የሚመሩ አንዳንድ ቁልፍ የመጽሐፍ ቅዱስ መመሪያዎችን ልተውላችሁ።

በእምነት እና ሕይወት ላይ ያለ የእግዚአብሔር ቃል ስልጣን

የጌታ ኢየሱስ አማኞች እንደመሆናችን መጠን ለቅዱሳት መጻሕፍት እውነት ቁርጠኞች ነን። መጽሐፍ ቅዱስ እምነታችንን እና ሕይወታችንን በሚመለከቱ ጉዳዮች ሁሉ መመሪያችን ነው። መጽሐፍ ቅዱስ የሚናገረውን የማንወድበት ጊዜ አለ። ከሚያስተምራቸው መርሆች በስተጀርባ ያለውን ምክንያት ላንረዳ እንችላለን፤ ነገር ግን እንደ አማኞች በትምህርቱ መመላለስ አለብን። እግዚአብሔር ለቤተክርስቲያን ያለውን ዓላማ በመጽሐፍ ቅዱስ ገፆች ውስጥ አስቀምጧል። ይህም የእኛ መመሪያ መሆን አለበት።

መጽሐፍ ቅዱስ ዛሬም የማይለወጥ እውነት ነው

እኛ እንደ አማኞች መጽሐፍ ቅዱስን እንደ እግዚአብሔር ሥልጣን ቃል መቀበል ብቻ ሳይሆን ዛሬም እንደ እርሱ እውነት ልናየው ይገባናል። የመጽሐፍ ቅዱስን እውነት፣በሐዋርያት እንደተማረው፣በጊዜያቸው ለነበሩ አማኞች ብቻ ሳይሆን ለእኛም ጭምር የተሰጠ ነው። የመጽሐፍ ቅዱስ እውነት ከዘመኑ ጋር አይለዋወጥም። ከአዲስ ኪዳን ዘመን በተለየ ባህል ውስጥ እንደምንኖር ተረድቻለሁ፣ ነገር ግን እግዚአብሔር በቃሉ የሚያስተምራቸው መመሪያዎች ለሁሉም ባህሎች እና ጊዜዎች የሚሆኑ ናቸው።

በጣም በርካታ ሰዎች ዛሬ በሕይወታቸው ተግባራዊ አይደረጉም በማለት የመጽሐፍ ቅዱስ ክፍሎችን እንደማይቀበሏቸው ሰምቻለሁ:: ክርስቲያኖችም ስነ መለኮታቸውን በባህል ላይ እንጂ በመጽሐፍ ቅዱስ እውነት ላይ እንደማይመሰረቱ ተመልክቻለሁ:: ለእነርሱ ተቀባይነት ያለውን አሠራር በተመለከተ ያላቸው ግንዛቤ በመጽሐፍ ቅዱስ ትምህርት ላይ ሳይሆን በማኅበረሰባቸው ተቀባይነት ባለው ነገር ላይ የተመሠረተ ነው:: የእግዚአብሔር እውነት በባህል አይለወጥም:: ቋሚ እና የማይለወጥ ሆኖ ይኖራል:: ከህብረተሰባችን እና ከባህላችን ጋር ይጋጫልና::

እንግዲህ በእነዚህ ሁለት መርሆዎች ላይ መስማማት ካልቻልን የዚህ ምዕራፍ ቀሪው ለእናንተ ምንም ትርጉም አይሰጥም:: የዚህ ጥናት ዓላማ ሴቶች እና ወንዶች በአገልግሎት ያላቸውን ልዩ ሚና ከመጽሐፍ ቅዱስ እይታ አንጻር መመልከት ነው:: መጽሐፍ ቅዱስ የሚያስተምረው እግዚአብሔር ዛሬ ለቤተክርስቲያን ስላለው ዓላማ እንደሆነ አምናለሁ:: ይህን ካልኩ በኋላ በዚህ ጥናት ውስጥ የተመለከትነውን እውነት በሥራ ላይ ለማዋል የሚረዱ ጥቂት ግንዛቤዎችን እና መመሪያዎችን ልተውላችሁ::

ከፍጥረት ጀምሮ እግዚአብሔር ያለው ዓላማ

በዘፍጥረት 1-3 ላይ ያለውን የፍጥረት ዘገባ ስንመረምር እግዚአብሔር ወንድና ሴትን ሲፈጥር በአዕምሮው

የተለየ ዓላማ እንደነበረው ተረድተናል። ሁለቱም የተፈጠሩት በእግዚአብሔር መልክ ነው (ዘፍ 1፡27) ። ሁለቱም በምድር ፍጥረታት ላይ ስልጣን ተሰጥቷቸዋል (ዘፍ 1፡28) ። ሆኖም ወንድና ሴት በተመሳሳይ መንገድ አልተፈጠሩም። ወንድ የተፈጠረው ከምድር አፈር ነው (ዘፍ 2፡7) ። ሴት ደግሞ የተፈጠረችው ከወንድ ነው (ዘፍ 2፡21-22) ። ሴት ለወንድ ረዳት ትሆን ዘንድ በእግዚአብሔር ተፈጥራለች (ዘፍ 2፡18) ። ወንድ በኵር እንደመሆኑ መጠን፤ የቤተሰቡ ራስ መሆን እና አስፈላጊውን አመራር መስጠት ነበረበት።

ይህ የፍጥረት መርሆ በአዲስ ኪዳን በቤተክርስቲያን ሕይወት ውስጥ ወንዶችና ሴቶች ባላቸው ልዩ ልዩ ሚናዎች ላይ የተመሰረተ የአዲሱ ኪዳን አቋም መሠረት ነው (1ኛ ቆሮንቶስ 11፡8፣9፤ 1ኛ ጢሞቴዎስ 2፡13፣14 ተመልከቱ) ። በቤተክርስቲያን ውስጥ የወንዶችና የሴቶችን ሚና በተመለከተ በምናደርጋቸው ውሳኔዎች ውስጥ የሚከተሉትን ጥያቄዎች ልንጠይቅ ይገባል፤እግዚአብሔር ለወንዶችና ለሴቶች ካለው የፍጥረት ዓላማ ጋር ተስማምተን እየተጓዝን ነውን?

በመጽሐፍ ቅዱሳዊ መንገዶች ያገለግሉ ዘንድ ለሴቶች የተሰጠ ነጻነት

ሌላው ልንጠብቀው የሚገባ ጠቃሚ መርህ መጽሐፍ ቅዱስ ለሴቶች አገልግሎት ከሚሰጠው ነፃነት ጋር የተያያዘ ነው። ሴቶች በመጽሐፍ ቅዱሳዊ መንገድ

እንዳያገለግሉ እንቅፋት በሆኑ አብያተ ክርስቲያናት ውስጥ ነበርኩ። የመጽሐፍ ቅዱስን በርካታ ምሳሌዎች ስንመረምር ሴቶች በተለያዩ የአገልግሎት ዘርፎች ሲሳተፉ እንመለከታለን። በወንዶች ፊት ያመልኩ ነበር (1ኛ ሳሙ 18፡6-7) ። የእግዚአብሔርን ቃል ተቀምጠው ይማሩ ነበር (ነህምያ 8፡1-3) ። እንዲያውም ወንዶችን የመሪነት ሚናቸውን እንዲወጡ መክረዋል (መሳፍንት 4፡6-9) ። ሴቶች በቤተ መቅደሱ ደጃፍ ላይ ያገለግሉ ነበር (1ሳሙ 2፡22) ። ለሕዝቡ ታላቅ መዳን ለማምጣት እግዚአብሔር ተጠቅሞባቸውም ነበር (መሳ. 4፣ መሳ. 9፡50-55፤ 1ኛ ሳሙኤል 25) ። ሴቶች ለሐዋርያት እገዛ እና ድጋፍ በማድረጋቸው ተመስግነዋል (ፊልጵስዩስ 4፡2-3) ። አሮጊቶች ሴቶች ወጣት ሴቶችን እንዲያስተምሩ ታዝዘዋል (ቲቶ 2፡3-5) በቤተክርስቲያን ውስጥ ትንቢት ይናገሩ ነበር (1ኛ ቆሮንቶስ 11፡3-5) ።

እዚህ ላይ ማየት ያለብን ነገር መጽሐፍ ቅዱስ ሴቶች እንዳያገለግሉ ወይም ከማገልገል እንደማይከለክላቸው ነው። መጽሐፍ ቅዱስ ሴቶች እርሱ በሾመው ስልጣን ጌታን እንዲያገለግሉ እና የተሰጣቸውን ኃላፊነት ይወጡ ዘንድ ታላቅ ነፃነት ይሰጣቸዋል። በቤተክርስቲያናችን ውስጥ ሴቶች ጌታን እንዲያገለግሉ እና መንፈሳዊ ስጦታዎቻቸውን እንዲጠቀሙ መጽሐፍ ቅዱስ የሚሰጠውን ነፃነት እየሰጠናቸው ነውን?

እግዚአብሔር የሰጠው ስልጣን

የሐዋርያው ጳውሎስን ትምህርት ስንመረምር፣ወንድ የቤተሰቡ እና የቤተክርስቲያን ራስ መሆኑን እንዳስተማረ ግልጽ ነው (1ኛ ቆሮንቶስ 11፡3 ተመልከቱ) ። ጳውሎስ ይህንን ሥነ-መለኮት እግዚአብሔር ለወንድና ለሴት ባለው የፍጥረት ዓላማ ላይ በመመስረት ነው። ሐዋርያው ጳውሎስ ሴቶች ለዚህ አመራር እንዲገዙ ሞግቷል። ይህን ማድረግ ያለባቸው ዝቅተኛ ወይም ችሎታቸው ስላነሰ ሳይሆን የእግዚአብሔር ዓላማ ይህ ስለሆነ ነው።

እግዚአብሔር ለፈቀደው መንፈሳዊ አመራር የመገዛት መርህ በሴቶች ላይ ብቻ የሚተገበር አይደለም። በጉባኤ ውስጥ ያሉ ወንዶች ለተግሣጽ ወይም ለመሪዎቹ ምክር ለመገዛት ፈቃደኛ ባለመሆናቸው አመራሩን መቃወም እንደሚያስፈልጋቸው በሚሰማቸው አብያተ ክርስቲያናት ውስጥ ቆይቻለሁ። እነዚህ ሰዎች እግዚአብሔር በቤተክርስቲያን ውስጥ መሪነቱን እንዳኖረ እና ሥልጣኗን እንዲያከብሩ እንደሚጠብቅባቸው መረዳት አለባቸው (ሮሜ 13፡1-7 ተመልከቱ) ። እግዚአብሔር በቤተክርስቲያን ውስጥ ለሾመው ሥልጣን ደንታ ሳይኖራቸው ከሚያገለግሉ (ወንድም ይሁን ሴት) መጠንቀቅ አለብን።

የመጽሐፍ ቅዱስ ስልጣን

ጳውሎስ ሴቶች በወንድ ላይ ሥልጣን እንዳይኖራቸው ነግሯቸዋል (1ኛ ጢሞቴዎስ 2፡12) ። ይህ ላዩን ለመረዳት ቀላል ነው፤ነገር ግን በቤተክርስቲያን ሕይወት ውስጥ የሚሰራው እንዴት ነው? የሥልጣን ቦታ ምን ማለት ነው? በበርካታ አብያተ ክርስቲያናት ለምሳሌ ወንዶች ብቻ የቤተክርስቲያንን መባ እንዲሰበስቡ ተፈቅዶላቸዋል። የቤተክርስቲያንን መባ መውሰዱ በሰው ላይ ሥልጣንን መለማመድ ነው ወይንስ ዝም ብሎ አገልግሎት?

ጳውሎስ ሴት በወንድ ላይ መሰልጠን የለባትም ብሎ የተናገረውን ለመረዳት ከፈለግን እግዚአብሔር ወንዶች በቤተክርስቲያን ውስጥ ሥልጣን እንዲኖራቸው የሚፈልገው እንዴት እንደሆነ መረዳት አለብን። መጽሐፍ ቅዱስን መመርመር ጌታ ሰዎች ሥልጣናቸውን በሁለት ልዩ መንገዶች እንዲጠቀሙ ይጠብቅ እንደነበር ያሳያል።

ወንዶች ሥልጣንን ይለማመዱበት የነበረው የመጀመሪያው መንገድ በመንፈሳዊ እና በቤተሰባዊ ሕይወት ላይ በሚኖራቸው አጠቃላይ ቁጥጥር ነው። እግዚአብሔር የእስራኤል ነገዶችን ይመሩ ዘንድ ወንዶችን መረጠ። በእስራኤል ውስጥ ያሉትን የሕዝቡን መንፈሳዊ ሕይወት ይቆጣጠሩ ዘንድ ወንድ ካህናትን መረጠ። ኢየሱስ ይከተሉት እና መንፈሳዊ መሪዎች ሆነው ቤተክርስቲያንን ይመሰርቱ ዘንድ ወንድ ደቀ መዛሙርትን መረጠ። ሐዋርያት ለመሰረቷቸው

አብያተ ክርስቲያናት መንፈሳዊ መሪዎች ይሆኑ ዘንድ ወንድ ዲያቆናት እና ሽማግሌዎችን መረጡ። እንደ ቤተሰብ መንፈሳዊ ራስ፣ባሎች እና አባቶች በሚስት ወይም በሴት ልጅ የተገቡትን ስለቶች መሻር ይችላሉ (ዘኍልቁ 30፡6-8 ተመልከቱ) ። እነዚህ ሰዎች ለቤተሰቦቻቸው እና ሃገራቸው መንፈሳዊ እና አጠቃላይ ደህንነት በእግዚአብሔር ፊት ተጠያቂዎች ናቸው።

ወንዶች ስልጣንን የሚለማመዱበት ሁለተኛው መንገድ የእግዚአብሔርን ቃል በማስተማር እና መስበክ ነው። በ1ኛ ቆሮንቶስ 14፡34-35 ጳውሎስ ሴቶች በቤተክርስቲያን ውስጥ ዝም እንዲሉ እና ምንም አይነት ጥያቄ ካላቸው ባሎቻቸውን በቤታቸው እንዲጠይቁ አዟል። በ1ኛ ጢሞቴዎስ 2፡11-12 ሐዋርያው ለጢሞቴዎስ አንዲት ሴት ወንድን እንድታስተምር ወይም በእርሱ ላይ እንድትሰለጥን አልፈቀደላትም፤ይልቁንም ዝም እንድትል እና በመገዛት እንድትማር ተናግሯል። በእነዚህ ምንባቦች ውስጥ በማስተማር እና ለስልጣን በመገዛት መካከል ያለውን ግንኙነት አስተውሉ።

ሁልጊዜም በትምህርት እና በሥልጣን መካከል ያለውን ግንኙነት አንመለከትም። ይህ ስልጣን ግን ከሁለት ምክንያቶች የመጣ ነው። በመጀመሪያ፣ የትምህርቱ ርዕሰ ጉዳይ ሥልጣናዊ እና ቅዱስ ከሆነው የእግዚአብሔር ቃል የመጣ በመሆኑ እና በሁለተኛ ደረጃ የሚያስተምሩት በእግዚአብሔር የተጠሩ

በመሆናቸው ነው፡፡ እነዚህ አስተማሪዎች የእግዚአብሔር ተወካዮች ናቸው፣ ዓላማውን በስልጣኑ ቃል ለመግለጥ የተመረጡ ናቸው፡፡ ይህ ሥፍራ የእግዚአብሔርን ሥልጣን የያዘ ነው፡፡ መከበር ያለበት ቦታ ነው፡፡ ከእኔ የመጽሐፍ ቅዱስ መረዳት በመነሳት፣ እግዚአብሔር የሕዝቡ መንፈሳዊ መሪዎች ሆነው ይህንን ኃላፊነት እንዲሸከሙ ወንዶችን መርጧል፡፡ በቤተክርስቲያን ውስጥ የሴቶችን ሚና ለመረዳት በምንፈልግበት ጊዜ፣እያደረጉት ያለው ሚና ወንዶችን በአካሉ ውስጥ ያለውን ከእግዚአብሔር ከተሰጠውን የመሥራት እና የማስተማር ኃላፊነት የሚያገል እንደሆነ ራሳችንን ልንጠይቅ ይገባል፡፡

ወንድ ከሌለ

እኔና ባለቤቴ መጀመሪያ ወንጌል ለማገልገል ስንሄድ፣ ከእንግሊዝ በመጡ ሁለት ሴቶች ወደተመሰረተው ቤተክርስቲያን ተላከን፡፡ ወደ ሃገር ቤት የመጡት ህጻናትን በትምህርት ቤት ለማስተማር ነበር፡፡ ስለ ኢየሱስ ሲያስተምሩ እና ሲያካፍሉ፣ ከእነዚህ ልጆች መካከል ብዙዎቹ ክርስቲያኖች ሆኑ፡፡ ሴቶቹ ለእነዚህ ልጆች ቤተሰቦች ወንጌልን የማካፈል የእግዚአብሔር ጥሪ ተሰምቷቸው ነበር፡፡ በውጤቱም የእነዚህ ልጆች ወላጆች ወደ ጌታ መምጣት ጀመሩ፡፡ ቀጣዩ እርምጃ እነዚህን ቤተሰቦች ደቀ መዛሙርት ማድረግ እና እነሱን ለአምልኮ አንድ ላይ መሰብሰብ ነበር፡፡ በሰንበት ቀን

መገናኘት ጀመሩ እና ሁለቱ እንግሊዛውያን ሴቶች በየሳምንቱ የእግዚአብሔርን ቃል ያስተማሩ እና ይሰብኩ ነበር፡፡ የክርስቲያን ቤተክርስቲያን በዚያ አገር መጀመሪያ የጀመረው እንደዚህ ነበር፡፡

ይህንን ታሪክ ለብዙ አመታት ለሰዎች አካፍያለሁ፡፡ ይህን ታሪክ ያካፈልኳቸው አንዳንዶች እነዚህ ሴቶች እነዚህ አዲስ የመጡ ወንዶችን ማስተማር እና መስበካቸው ስህተት እንደሆነ ይሰማቸው ነበር፡፡ ሴቶች እንደመሆናችን መጠን ከመስበክ ተቆጥበው እግዚአብሔር ለእነዚህ አዲስ ለመጡት ሰዎች የሚሰብክ ሰው እንዲልክላቸው መጸለይ እንደነበረባቸው ይሰማቸው ነበር፡፡ ይሁን እንጂ በአገሪቱ ውስጥ ይህን ኃላፊነት ሊወስዱ የሚችሉ የጎለመሱ ክርስቲያን ወንዶች እንዳልነበሩ አስታውሱ፡፡ እነዚህ ሴቶች በዚህ ጉዳይ ላይ እነዚህን ሰዎች ማስተማር እና ደቀ መዛሙርት ለማድረግ እምቢ ማለት ነበረባቸውን? ይሁን እንጂ በመጨረሻ እነዚህ ሰዎች በእምነታቸው እና በወንጌል እውቀታቸው ሲያድጉ የቤተክርስቲያኑ አመራር በእጃቸው ይሰጣቸዋል፡፡ እነዚህ ሴቶች ሰምተውት የማያውቁትን እውነት በማስተማር በእነዚህ ሰዎች ላይ ሥልጣን ነበራቸው? ይህንን አንባቢ እንዲወስን ትቼዋለሁ፡፡ ሆኖም፣የሙሴ ሚስት ሲፓራ፣ልጇን የገረዘችውን እና ሙሴ ኃላፊነቱን ችላ ባለበት ጊዜ የሙሴን ሕይወት ማዳኗን እናስታውሳለን (ዘጸአት 4:24-26) ፡፡ በተጨማሪም ባርቅን ወደ ጦርነቱ

የመራችውን ዲቦራን እናስታውሳለን ምክንያቱም እሱ ብቻውን ለመሄድ ድፍረቱ ስላልነበረው ነው (መሣፍንት 4:6-9)

የቅዱሳት መጻሕፍት ህጋዊ ትርጓሜ ምንም ልዩ ሁኔታዎችን አይፈቅድም። እግዚአብሔር ከሚያስተምረው ነገር በስተጀርባ ያለውን መንፈስ ለመረዳት የሚፈልጉ ሁሉ ወደዚያ ለመድረስ ጊዜ የሚወስድባቸው እና ሁልጊዜም ቀጥተኛውን መንገድ የማይከተሉበት ጊዜ እንዳለ በመረዳት ወደዚህ ግብ ለመድረስ ይሠራሉ። ኢየሱስ በዘመኑ የነበሩትን የሃይማኖት መሪዎች ቅዱሳት መጻሕፍትን በራሳቸው መንገድ በመተርጎማቸው ብዙ ጊዜ ያውግዛቸው ነበር።

23 እናንተ ግብዞች ጻፎችና ፈሪሳውያን፥ ከአዝሙድና ከእንስላል ከከሙንም አሥራት ስለምታወጡ፥ ፍርድንና ምሕረትን ታማኝነትንም፥ በሕግ ያለውን ዋና ነገር ስለምትተዉ፥ ወዮላችሁ፤ ሌላውን ሳትተዉ ይህን ልታደርጉ ይገባችሁ ነበር።

24 እናንተ ዕውሮች መሪዎች፥ ትንኝን የምታጠሩ ግመልንም የምትውጡ። (ማቴዎስ 23)

በሰንበት ሴቲቱን በመፈወሱ ምክንያት ለተቃወሙት ፈሪሳውያን ሲመልስ ኢየሱስ እንዲህ ይላል፡

15 ጌታም መልሶ፦ እናንተ ግብዞች፥ ከእናንተ እያንዳንዱ በሰንበት በሬውን ወይስ አህያውን ከግርግሙ ፈትቶ ውኃ ሊያጠጣው ይወስደው የለምን?

16 ይህችም የአብርሃም ልጅ ሆና ከአሥራ ስምንት ዓመት ጀምሮ ሰይጣን ያሰራት በሰንበት ቀን ከዚህ እስራት ልትፈታ አይገባምን? አለው። (ሉቃስ 13)

በማርቆስ 10 ላይ ፈሪሳውያን ስለ ፍቺ ያለውን አስተያየት ሊጠይቁ ወደ ኢየሱስ በመጡ ጊዜ፣ ሙሴ በሕግ መፋታትን እንደፈቀደ አስታውሰውታል። ኢየሱስም እንዲህ ሲል ይመልስላቸዋል፡

5 ኢየሱስም መልሶ እንዲህ አላቸው፦ ስለ ልባችሁ ጥንካሬ ይህችን ትእዛዝ ጻፈላችሁ።

6 ከፍጥረት መጀመሪያ ግን እግዚአብሔር ወንድና ሴት አደረጋቸው፤

7 ስለዚህ ሰው አባቱንና እናቱን ይተዋል ከሚስቱም ጋር ይተባበራል፥

8 ሁለቱም አንድ ሥጋ ይሆናሉ፤ ስለዚህ አንድ ሥጋ ናቸው እንጂ ወደ ፊት ሁለት አይደሉም። (ማርቆስ 10)

እግዚአብሔር ባልና ሚስት ሲጋቡ አንድ ሆነው አብረው በሕይወት እንዲኖሩ ሁልጊዜ የእግዚአብሔር ሐሳብ ቢሆንም ሙሴ በልብ ጥንካሬ ምክንያት ፍቺን

እንደፈቀደ ኢየሱስ ለፈሪሳውያን ያሳስባቸዋል። በሌላ አነጋገር፣ በዚህ የኃጢአተኛ ሕይወት ውስጥ የሚስትን ደኅንነት አደጋ ላይ የጣለ ከባድ ሁኔታዎች ነበሩ። ይህ ቀዳሚው የእግዚአብሔር የመጀመሪያ ሐሳብ ባይሆንም፤ለሁለቱም ወገኖች ጥበቃ ሲባል መለያየትን መፍቀዱ የተሻለ ሃሳብ ነበር።

በዚህ አውድ ውስጥ እነዚህን ምንባቦች እየጠቀስኩ ያለሁት ለምንድ ነው? ይህን የማደርገው የወንጌልን መልእክት ለመካፈል ከእንግሊዝ የመጡት ሁለቱ እንግሊዛውያን ሴቶች በክርስቶስ አዲስ የተለወጡ ወንድሞችን በማስተማር እና ቤተክርስቲያንን ወደፊት የሚያራምዱ መሪዎችን በማፍራት ረገድ መልካም ነገር አሳይተዋል ብዬ ስለማምን ነው።

ኢየሱስ እና ሙሴ በሕጉ ሊለወጥ የሚችል መሆኑን አሳይተውናል። ርህራሄ እና ምህረት አንዳንድ ጊዜ ከማይታጠፍ የህግ ትርጉም ሊበልጡ ይችላሉ። ይህ ማለት ግን የእግዚአብሔርን ቃል ችላ ማለት እንችላለን ማለት አይደለም። ሁልጊዜ የምንጋደለው እግዚአብሔር በቤተክርስቲያኑ ላለው ዓላማ ነው፤ነገር ግን ወደዚያ የሚወስደው መንገድ አንዳንድ ጊዜ ግራ የሚያጋባ ሊሆን ይችላል። ፍጹም ባልሆነ ሁኔታ ውስጥ መሥራት ያለብኝ በርካታ ጊዜዎች አሉ። እኔ ፍጹም አይደለሁም፤ነገር ግን እግዚአብሔር በእኔነቴ ይጠቀማል። እርሱ እኔን በመለወጡ ሂደት ይቀጥላል፣ ዳሩ ግን ይህ ሂደት ቀሪ ምድራዊ ሕይወቴን ይወስዳል

ብዬ እጠብቃለሁ፡፡ ኢየሱስ የመረጣቸው ደቀመዛሙርት ፍጹም አልነበሩም፡፡ ይሁዳ ኢየሱስን አሳልፎ ሰጥቶታል፡፡ ጴጥሮስ ደግሞ ክዶታል፡፡ ኢየሱስ በእነርሱ ድካም ውስጥ አብሯቸው ይሠራ ነበር፡፡ ይህንን የምለው በሕይወታችን ውስጥ ያለው ነገር ሁሉ በመጽሐፍ ቅዱስ ከምናየው ጋር የሚጣጣም አይደለም፡፡ ወደ እግዚአብሔር መገኘት እስክንገባ ድረስ በጉድለታችንም መሥራት ይኖርብናል፡፡ በእድሜ በጨመርኩ ቁጥር በዚህ በኃጢአተኛ ዓለም ውስጥ ያለው ሁሉም ነገር ጥቁር እና ነጭ እንዳልሆነ ተረድቻለሁኝ፡፡ ውሳኔዎችን መወሰን፣ አብሬያቸው መስራት ካለብኝ ሰዎች ጋር መስራት እና ጥሩ ያልሆኑትን ሁኔታዎች መቀበል አለብኝ፡፡ በእነዚህ ጊዜያት ከምህረት እና ርህራሔ ጎን መቆምን መማር አለብኝ፡፡

ከማይስማሙት ጋር መነጋገር

በአንድ ተጨማሪ ነጥብ ልቋጭ፡፡ በዚህ ጉዳይ ላይ ቅዱሳት መጻሕፍት የሚያስተምሩትን ወንዶችና ሴቶች በአገልግሎት ውስጥ ስለሚኖራቸው ሚና በተቻለኝ መጠን ለማስረዳት ብሞክርም ሁሉም በእኔ አቋም የሚስማሙ አይደሉም፡፡ የጳውሎስን ትምህርት እኔ በዚህ ባብራራሁት መንገድ አይተረጉሙትም፡፡ ከተወሰኑ ዓመታት በፊት መጋቢ ሆና ከተሾመች ሴት ጋር መነጋገሬን እና ለምን ይህን መንገድ ለመከተል እንደመረጠች ጠይቄአታለሁ፡፡ እሷም ወደ ህይወቷ

በመጣው የእግዚአብሔር ጥሪ ምክንያት እንደሆነ ትናገራለች። በዚህ ጉዳይ ከእሷ ጋር ስነ-መለኮታዊ ክርክር ውስጥ አልገባሁም። አማኝ መሆኗን አውቅ ነበር እና ይህን ጉዳይ ለእሷ እና ለእግዚአብሔር መተው ነበረብኝ።

በህይወቴ በብዙ ሴቶች ተባርኬአለሁ። አንዲት የሴሚናሪ ሴት መምህር ትልቅ ማበረታቻ ሰጥታኝ ነበር። ከመምህሮቼ ሁሉ፣ በጣም የማስታውሳት እሷን ነው። ሌላ መጋቢ ሆና የተሾመች ሴት ጸሎቶች እና ምክሮች በህይወቴ ውስጥ አንዳንድ ጥልቅ መሰናክሎችን እንዳሸንፍ ረድተውኛል። እነዚህ ሴቶች አመሰግናለሁ።

በዚህ ጥናት ውስጥ እንዳደረኩት ቅዱሳት መጻሕፍትን ለማይተረጉሙ እውነተኛ አማኞች ምን ምላሽ እሰጣለሁ? በዮሐንስ 4 ላይ ኢየሱስ ከሳምራዊቷ ሴት ጋር ሲነጋገር የተናገረውን ምሳሌ ተመልከቱ። የሳምራውያን ሴቶች በአይሁዶች እና በሳምራውያን መካከል ያለውን ልዩነት በማጉላት ኢየሱስን እንደ ሰው በሥነ መለኮቱ ሞገቱት። ደቀመዛሙርቱ እንኳን ኢየሱስ ከአንዲት ሳምራዊት ሴት ጋር እንዲህ ዓይነት ክርክር ውስጥ መግባቱ ግራ ገብቷቸው ነበር። በግልጽ ብትሞግተውም ኢየሱስ አልተናደደም። ይልቁንም በትንቢት የተነገረለት መሲህ ሆኖ እስኪትመጣ ድረስ በትዕግስት ጠበቃት።

ኢየሱስ እንደ ወንድ በግልጽ መሞገት ብቻ ሳይሆን የኃጢአት ሕይወት በመምራት ጥፋተኛ ለሆኑት ለሳምራውያን ሴቶች ርኅራኄ አሳይቷል። ጌታ ለጠላቶቻችን እንድንጸልይ እና የሚጎዱንን እንድንወድ ይሞግተናል (ማቴዎስ 5፡43-46 ተመልከቱ) ። ለጠላቶቻችን ልናሳይ የሚገባን አመለካከት ይህ ከሆነ ከእኛ ለሚለዩ ቅን አማኞች ምንኛ አብልጦ ማሳየት አለብን?

ስለ እነርሱ ለመጸለይ ከአንድ ሰው ጋር መስማማት የለብኝም። የእምነት ባልንጀሮቼን አድርጌ ለመቀበል በሁሉም ጉዳዮች ላይ ዓይን ለአይን መተያየት አያስፈልገኝም። በተመሳሳይ ጊዜ ግን፣ ለእምነቴ ታማኝ መሆን እና ከመጽሐፍ ቅዱስ በተማርኩት ነገር ላይ ጸንቶ መቆም አለብኝ። በእኔ እምነት ጸንቶ በመቆም እና ከእኛ ከሚለዩት ቅን አማኞች ጋር ያለንን ህብረት በመጠበቅ መካከል ያለውን ቀጭን መስመር ይዞ መጓዝ ሁልጊዜ ቀላል አይደለም። መንፈሳዊ አቋማችንን አጥብቀን በመያዝ እና ከእኛ ለሚለዩት የክርስቶስን ፍቅር እና ርህራሄ በማሳየት መካከል ያለውን ሚዛን እንድናገኝ እግዚአብሔር ይርዳን።

ለምልከታ፡

የቅዱሳት መጻሕፍት እውነት በባህል እና በጊዜ ይቀየራልን?

እግዚአብሔር ወንድና ሴትን የፈጠረው እንዴት ነው? በፍጥረት ጊዜ ለእነሱ የተለየ ዓላማ ነበረውን?

ቤተክርስቲያናችሁ የሴቶችን የአገልግሎት ድርሻ ገድባለችን? ከሆነ በምን መንገድ? በቤተክርስቲያናችሁ አገልግሎት ውስጥ ሴቶች መጽሐፍ ቅዱሳዊው በሆነ መንገድ እንዴት ሊሳተፉ ይችላሉ?

በቤተክርስቲያናችሁ ያሉ ሴቶች የወንዶችን ሚና ተጫውተዋልን? ግለጹ።

እግዚአብሔር ለሰዎች ምን ሥልጣን ሰጣቸው? ይህ ስልጣን እንዴት መተግበር አለበት?

ከእናንተ ጋር የማይስማሙትን በሥነ-መለኮት እንዴት ትቀበሏችኋላችሁ? አመለካከታችሁ ፈሪሃ እግዚአብሔር ያለው ነውን?

ለጸሎት፡

ከህይወት እና ከእምነት ጋር ለተያያዙ ነገሮች ሁሉ በቃሉ ላይ መመሪያ ስለሰጠን ጌታን እናመሰግናለን።

እንደ ወንድ ወይም ሴት የሰጣችሁን ሚና እንድትቀበሉ እግዚአብሔር እንዲረዳችሁ ለምኑት። በዓላማው ሙሉ በሙሉ እየተመላለሳችሁ እንደሆነ ጌታ እንዲያሳያችሁ ጠይቁት።

ከእናንተ ጋር የማይስማሙትን በአክብሮት ለመጓዝ እንዲረዳችሁ እግዚአብሔርን ለምኑት። እርሱን እንደወደደቸው እንድትወዷቸው ጸጋን እንዲሰጣችሁ ለምኑት።

ቱ ማይ ፓዝ የመጽሐፍ ስርጭት

ላይት ቱ ማይ ፓዝ (LTMP) በእስያ፤በላቲን አሜሪካ እና በአፍሪካ የሚገኙ ድሃ ክርስቲያን አገልጋዮችን የሚደርስ የመጽሐፍ ስርጭት አገልግሎት ነው። በታዳጊ አገሮች ውስጥ የሚገኙ በርካታ ክርስቲያን አገልጋዮች የመጽሐፍ ቅዱስ ሥልጠና ለማግኘት ወይም ለአገልግሎቶቻቸው እና በግል ለመታነጽ የሚሆን የመጽሐፍ ቅዱስ ጥናት ቁሳቁሶችን ለመግዛት አስፈላጊ የሆኑ ሃብቶች የሏቸውም።
ኤፍ. ዋይኒ ማክ ሌኦድ የአክሽን ኢንተርናሽናል ሚኒስትሪስ አባል ሲሆን በዓለም ዙሪያ ላሉ ድሃ ክርስቲያን አገልጋዮች ይሰራጩ ዘንድ ዓላማን በማንገብ እነዚህን መጽሐፍቶች ሲጽፍ ቆይቷል።
እስከዛሬ በሺዎች የሚቆጠሩ መጽሐፍት ከስድሳ በላይ በሆኑ አገራት ውስጥ ለስብከት፤ለማስተማር፤ለወንጌል ስርጭት አገልግሎት እና ለአከባቢው አማኞች ማበረታቻ ጥቅም ላይ ውለዋል። አሁን መጽሐፍቶቹ ወደ በርካታ ቋንቋዎች ተተርጉሟል። ዓላማው በተቻለ መጥን ለሁሉም አማኞች ተደራሽ ማድረግ ነው።
የ(LTMP) አገልግሎት በእምነት ላይ የተመሠረተ አገልግሎት ነው፤በዓለም ዙሪያ ያሉ አማኞችን ለማበረታታት እና ለማነጽ መጽሐፍቶቹ ይሰራጩ ዘንድ ለእነዚህ አስፈላጊ ሃብቶች ጌታን እንታመናለን። ጌታ እነዚህን መጽሐፍት ለመተርጎም እና የበለጠ ለማሰራጨት በሮችን ይከፍት ዘንድ በጸሎት ታግዙናላችሁን? ስለ ላይት ቱ ማይ ፓዝ የመጽሐፍ

ስርጭት ተጨማሪ መረጃ ለማግኘት ድህረ ገጻችንን
ይጎብኙ www.lighttomypath.ca